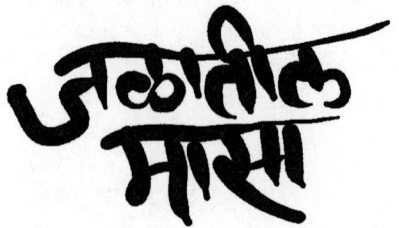

जळातील मासा

जयवंत दळवी

साकेत प्रकाशन

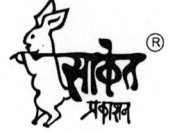

जळातील मासा
कथा
जयवंत दळवी

■

प्रकाशन क्रमांक - १६२०
पहिली आवृत्ती - १ एप्रिल १९६१
साकेत पहिली आवृत्ती - २०१४
दुसरी आवृत्ती - २०२३

■

प्रकाशक
साकेत बाबा भांड,
साकेत प्रकाशन प्रा. लि.,
११५, म. गांधीनगर, स्टेशन रोड,
औरंगाबाद - ४३१ ००५,
फोन- (०२४०)२३३२६९२/९५.
www.saketprakashan.in
saketpublication@gmail.com

■

पुणे कार्यालय
साकेत प्रकाशन प्रा. लि.,
ऑफिस नं. ०२, 'ए' विंग, पहिला मजला,
धनलक्ष्मी कॉम्प्लेक्स, ३७३ शनिवार पेठ,
कन्या शाळेसमोर, कागद गल्ली,
पुणे -४११ ०३०
फोन- (०२०) २४४३६६९२

■

अक्षरजुळणी : धारा प्रिंटर्स प्रा.लि., औरंगाबाद

■

मुद्रक : प्रिंटवेल इंटरनॅशनल प्रा. लि., जी-१२,
एम.आय.डी.सी., चिकलठाणा, औरंगाबाद.

■

मुखपृष्ठ : चंद्रमोहन कुलकर्णी

■

किंमत : २०० रुपये

Jalantil Masa
Stories
Jaywant Dalvi

© गिरीश दळवी, २०१४

श्री. गिरीश दळवी
ए-६०१, ऑस्टर
यशवंत नगर, विरार पश्चिम,
पालघर - ४०१३०३.

ISBN-978-81-7786-923-1

अनुक्रम

जळातील मासा	...	५
अनोळखी	...	१७
व्यथा	...	२६
मंगू	...	३४
अनामिकाची क्षणचित्रे	...	४२
स्मृतिशेष	...	५१
इंद्रायणी	...	५९
जगन	...	६८
कळ्या आणि पाकळ्या	...	७९
गोपी	...	८८
ससा	...	९९
अनरसा	...	११०

जयवंत दळवी यांची इतर पुस्तके

- विरंगुळा
- सरमिसळ
- मिशी उतरून देईन!
- फक्त पुरुष
- सुखदु:खाच्या रेषा
- गहिवर
- एदीन
- आश्रम
- सोहळा
- घर कौलारू
- उपहास कथा

जळातील मासा

पाली हिलच्या पायथ्याशी असलेलं मायकेलचं स्वतःचं घर मूळचं टुमदार; पण आता ते हिरवळीतल्या खडकासारखं काळपट नि ओबडधोबड दिसत होतं. मूळच्या लाल मंगळुरी कौलांवर आठदहा दिवसांच्या दाढीसारखा शेवाळ उगवून सुकला होता आणि गिलाव्याची पडझड होऊन भिंतीला जागोजाग चट्टे पडले होते.

घरासमोरील बागेत एखाददुसरं झाडसुद्धा हेलनच्या आठवणीने उभं नव्हतं. सारंकाही हेलनबरोबर निघून गेलं होतं. एक वेळच्या प्रफुल्ल बागेत आता चारी बाजूंनी मळवाटा झाल्या होत्या. त्या भुसभुशीत जमिनीत पायाने छोटासा खड्डा खोरून एक बेवारशी कुत्री तिथं अंग वळून पडून असायची. मायकेलची पावलं वाजली की पापण्या किंचित वर करून बघायची आणि त्याचं अस्तित्व विसरून पुन्हा डोळे मिटायची.

मायकेलनं दुरून त्या घराकडे पाहिलं. त्याला काही वाटलं नाही; कारण तो तसा नेहमीच पाहायचा. पाहायचं काय नि वाटायचं काय? शांत पावलं टाकीत कंबरभर पाण्यातून सांभाळून चालावं तसा तो घराच्या दिशेने चालला होता. पेचून मोडलेल्या फांदीसारखे त्याचे हात लोंबकळत होते आणि तोंडातल्या कृत्रिम कवळ्या घड्याळाच्या टिकटिकीसारख्या किटकिट वाजवीत तो स्वतःला रेटीत होता.

"अर्ली विण्टर धिस टाइम, मॅन!" कुणीतरी जाता-जाता पुटपुटला.

"येऽऽस् मॅन!" मायकेल चुकचुकला खरा; पण आपण कुणाशी बोललो हे त्याला कळलं नाही. कळण्याची तसदीही त्याने घेतली नाही. खिशातली

हातरुमालाची घडी काढून त्याने ती नाकावरून ओढली. नाक ओलसर झालं होतं. ओठ नि नाकाचं टोक बर्फाचा खडा ठेवल्यागत सुन्न झालं होतं आणि सगळी हाडं अक्षरशः चिंबून गेली होती. फाटकाच्या आत येताच त्याने सवयीने चुक्-चुक् केलं; पण ती कुत्री उठली नाही. ती मरून पडल्यागत झोपली होती.

मोठ्या कष्टाने एकएक पायरी चढून मायकेलने कुलपात चावी सारली. आणि त्याच्या कानावर शब्द पडले, ''बायकापोरं असलेल्यांना एक खोली मिळत नाही आणि हा म्हातारा मात्र भुतासारखा एकटाच या बंगल्यात राहतो.''

कोण बोललं ते?

त्याचं तोंड एकदम कुलपासारखं उघडं पडलं आणि हनुवटी थरथर लोंबू लागली. त्याने वळून मागे पाहिलं. रस्त्यावरून सरकणारे दोन शुभ्र ठिपके त्याच्या नजरेत आले; पण काही ओळख पटली नाही. नव्याने उडू पाहणाऱ्या पिल्लाच्या पंखांप्रमाणे त्याच्या पापण्यांनी फक्त फडफड केली.

म्हातारा... एकटाच... भुतासारखा...

दरवाजा उघडताच खाचेतून आत आलेल्या 'टाइम्स'वर त्याचा पाय पडला. 'टाइम्स' उचलून त्याने टेबलावर ठेवला आणि त्यावर वजनी कुलूप ठेवलं. किचनमध्ये जाऊन त्याने पावाची एक कापटी उचलली आणि सराईतपणे बाहेरच्या कुत्रीवर फेकली. मानेला हिसके देत भूक लागल्यागत तिने तो पाव खाल्ला आणि लंगडत लंगडत ती निघून गेली.

''अक्करमाशी! व्हेरी मीन!'' शिवी हासडीत मायकेल आरामखुर्चीत बसला. 'खाल्ल्याचं तिला स्मरण नाही. पोटात पाव जाताच साली बाहेर गेली. ब्लडी ॲनिमल!' मांड्या आवळीत तो मनातल्या मनात गुरगुरला.

टाइम्सचा अंक उघडून त्याने दुसरं पान उघडलं.

''बर्थ्स...''

''ब्रागान्झा-टू हेलन ॲण्ड जोसेफ... गोड मुलगा... ईश्वराची देणगी.''

हेलन... ही हेलन कोण? कुठली ही? हिचं वय काय असेल?

मायकेलने समोरच्या विटक्या भिंतीवर पाहिलं... लग्नावेळचा, चर्चमधून बाहेर पडताना घेतलेला दोघांचा फोटो तिथं त्या भिंतीवर नव्हता... कुठं गेला तो?... आपण कधी काढून ठेवला? त्याला काही आठवेना. आपण आपल्या हाताने तो फोटो काढला?... हातात शुभ्र फुलांचा गुच्छ घेऊन बर्फाळ झगा

घातलेली हेलन... तिचा फोटो आपण भिंतीवरून कधी काढला? काही वर्षांपूर्वी ख्रिस्ताचा फोटो भिंतीवर अडकवताना मायकेल स्टुलावरून खाली पडला होता आणि त्याच्या गुडघ्याची वाटी सरकली होती. त्यानंतर मायकेल कधीही स्टुलावर अगर खुर्चीवर चढला नव्हता. मग तो उंचावरला फोटो काढला कुणी?

त्याला काही आठवलं नाही. माणूस मेलं म्हणजे गेलं. त्याची आठवणसुद्धा राहत नाही. स्मृतिविशेष उरत नाहीत. हेलन गेल्यावर क्रमाने दरवर्षी चारदा मायकेलने टाइम्समध्ये 'इन मेमोरियम'च्या सदरात तिच्या स्मृतीदाखल व्याकूळ होऊन चार ओळी छापल्या होत्या :

"A light from my house is gone.
A voice I loved is still,
A place is vacant in my home,
That never will be filled."

मायकेलला या चार ओळी स्पष्ट आठवल्या. त्या त्याने पुन्हा पुन्हा मनात घोळवल्या. जिवंत केल्या.

A light is gone. Place is vacant. Never will be filled. never... never... never...

हेलनच्याच गोड खणखणीत आवाजात ते शब्द पुन्हा मायकेलच्या कानी निनादले. हेलनचाच आवाज... तिचाच! शेजारच्या हिंदूच्या घरात दुपारी पूजेच्या वेळी घंटा वाजायची– तसाच गोड, खणखणीत आवाज.

हेलन... हेलन...

अचानक त्याचं मन गहिवरून आलं आणि कसल्याशा भाबड्या आठवणीने त्याच्या डोळ्यांच्या कडा एकाएकी ओल्या झाल्या. पापण्यांच्या केसांवर दोनचार थेंब अडकले– अलगदपणे. पाऊस पडून गेल्यावर विजेच्या तारेवर अडकतात तसे.

कोंडून राहिलेला श्वास त्याने तोंडावाटे गरम करून सोडला.

हेलनवर किती प्रेम होतं? – तो प्रश्न अगदी अचानक त्याच्या डोक्यात आला. पोरांचा चेंडू अकस्मात परसात यावा तसा. त्या प्रश्नाचं उत्तर त्याने स्वतःसाठी दिलं नसतं. तो प्रश्नच विसरून जाण्याचा त्याने यत्न केला असता; पण परसाबाहेरील पोरांनी 'बॉल–बॉल' म्हणून गिलका करावा तसा विचित्र गोंगाट त्याच्या मनात झाला आणि प्रेम... हेलनवर प्रेम... एवढंच तो परत परत पुटपुटू लागला.

या विचाराने मन विद्ध झालं असतानाच भूक लागल्याची त्याला प्रकर्षाने जाणीव झाली. म्हणून तो खुर्चीवरून उठू लागला. गुडघ्यावर हात टेकून तो उठणार होता. तोच गुडघ्याची वाटी निखळेल या भीतिदायक कल्पनेनं त्याचं अंग एकदम शिरशिरलं. म्हणून खुर्चीच्या हातावर भार देऊन तो उठला आणि अधू पावलांनी किचनमध्ये गेला.

पॅनवर दोन अंडी टाकून ती पावाच्या तुकड्यावर ओढून घेतली आणि कवळ्या सांभाळीत तो रवंथ करू लागला. गरम कॉफी पोटात गेल्यावर त्याला हुशारी आली. बाजूच्याच खिडकीकडे उभा राहून मायकेल अजूनही दाढेत अडकलेले पावाचे तुकडे चघळीत होता.

...खरं म्हणजे डोळे मिटेपर्यंत मला हेलनचा विसर पडता कामा नये. तिने संसारात मला सांभाळून घेतलं होतं. असमाधानाची कारणे होती. तरीही तिने सगळीकडे समाधानाची फुलं फुलवली होती. घर बगीच्यासारखं फुलवून ठेवलं होतं. "सो सॉरी–" असं म्हणण्याचा कधी प्रसंग आला तरी गोड हसायची. दुसरी बाई असती तर तेवढ्याच कारणाने इथं–तिथं फिरू लागली असती आणि मग चार–चौघांत छीःथू झाली असती... पण हेलननं तसं कधी केलं नाही आणि कन्फेशनसाठी तिला कधी फादरकडे जावं लागलं नाही... तिचा विसर पडता कामा नये...

विचारांची धार संतत चालू असतानाच समोरच्या रस्त्यावरून एक गर्भवती कष्टी चालीने गेली. तिच्याकडे आपण पाहत आहोत असं मायकेलला वाटलं नाही; पण अंगणातल्या कुत्रीची मात्र त्याला आठवण झाली. गेले काही दिवस ती गाभण होती. भरल्या पखालीसारखं पोट घेऊन ती लडबडत चालायची.

आज हेलन असती तर आपली मुलं त्या कुत्रीच्या पोरांशी भान हरवून खेळली असती. नाचली–बागडली असती... त्या विचाराने मायकेलच्या नाकातून भाजणारे उसासे निसटले.

आणखी एक पावाचा तुकडा घेऊन तो बाहेर आला. कुंपणाच्या कडेला ती हुंगत रेंगाळत होती. तिचं पोट जमिनीला चाटत होतं आणि स्तनांची चामखिळं तट्ट सुजली होती. मायकेलने पावाचा तुकडा फेकला; पण तिने तो हुंगलासुद्धा नाही. तिने फक्त कष्टी नजरेने त्याच्याकडं पाहिलं. तिचे डोळे बर्फाच्या खड्याप्रमाणे वितळत होते. तिने पावाकडे दुर्लक्ष करून उगवतं गवत कुरतडायला सुरुवात केली.

"यू आर मीन– व्हेरी मीन..." चरफडत मायकेल आत आला.

या घराचा गुणच असा... मेजावरल्या डाग पडलेल्या आरशात त्याने आपला चेहरा न्याहाळला. हाडावर ओढलेलं कातडं सैल होऊन लोंबत होतं आणि चुरून कोंबून ठेवलेल्या वस्त्राप्रमाणे त्यावर बऱ्याच सुरकत्या पडल्या होत्या. निस्तेज डोळे बाशा मासळीचा फिकटपणा घेऊन स्थिर होत होते...

आपला चेहरा न्याहाळत मायकेल बराच वेळ उभा राहिला असता; पण तेवढ्यात दारावरून एका हिंदूचं प्रेत वाजतगाजत गेलं. अशी प्रेतं रात्री गेली म्हणजे मायकेल दात–ओठ खात चरफडायचा; कारण भेसूर वाद्यामुळे त्याची झोपमोड व्हायची आणि मग छातीत भीतीने धडधड उठायची; पण आज त्याला राग आला नाही. उलट आज ना उद्या, कदाचित लवकरच हीच दशा आपल्या नशिबी आहे, हा विचार त्याच्या मनात भुतासारखा नाचला आणि त्याला नकळत त्याच्या हाताची बोटं त्याच्या खांद्यांना स्पर्श करून गेली– अगदी अनाहूतपणे– श्वासोच्छ्वास व्हावा त्याप्रमाणे!

त्याला वाटलं, या क्षणी खिस्ताची आराधना करावी. भिंतीवरल्या खिस्ताच्या फोटोसमोर गुडघे टेकावे आणि खिस्तासारखंच मस्तक तिरकं करून काही काळ चिंतनात घालवावा; पण त्याला पुन्हा गुडघ्याच्या वाटीची आठवण झाली आणि झटकन ताप उतरल्यानंतर यावा तसा त्याला थकवा आला. म्हणून बसल्याबसल्याच पाय सरळ सोडून त्याने खिशातली मण्यांची माळ काढली, आणि...

बाहेरच्या जाळीच्या दरवाजातून कोणीतरी डोकावून पाहत आहे असा त्याला संशय आला.

"हू इज देअर मॅन?" कवळ्या कट–कट वाजवीत त्याने प्रश्न केला.

"मे आय कम इन?"

"येस प्लीज!"

शिडशिड्या अंगाची रेशमाच्या लडीसारखी दिसणारी एक पोरगी उंच टाचांचा टक्टक् आवाज करीत आत आली. सांगण्याची वाट न बघता त्याच्या समोरच बसली आणि हातातली बॅग उघडून म्हणाली, "आपणाला साबण घ्यायचे आहेत?"

तिने बॅग उघडताच साबणांचा मादक गंध हवेत भरून तरंगत राहिला. ती हवा भरगच्च छातीत ओढून भरून ठेवावी असं मायकेलला वाटलं. त्या मादक उत्तेजक श्वासोच्छ्वासांत तो क्षणभर स्वतःलाच हरवला. त्याचे डोळे जरी त्या पोरीवर स्थिर झाले होते तरी त्याचं लक्ष मात्र त्या प्रसन्न गंधात गुरफटलं होतं.

ती पंचविशीतली मुलगी निष्कारण हसली.

"का? काय झालं?" मायकेलनं डोळ्यांत नजर आणली.

"आवडला साबण?" तिच्या ओठांवर किरमिजी ओलसर झाक आली.

"मॉडर्न सोप कंपनीचे साबण छान असायचे!" त्याने हातातला साबण हुंगला.

"ती आता अस्तित्वात नाही."

"ती?" घशात काहीतरी अडकलं.

"म्हणजे मॉडर्न कंपनी."

"ओऽ!"

"ती कंपनी बंद पडून आता बरेच दिवस झाले!"

"त्या कंपनीत मिस मिलिंदा फर्नांडिस नावाची सेल्सगर्ल होती."

"ती साबण पुरवायची?"

"येस! नंबर ऑफ टाइम्स." सुटलेल्या उसाशाकडे तिचं दुर्लक्षं झालं.

"तुम्हाला महिन्याला किती लागतात वड्या?"

इथं मायकेल चाचपडला. खरं म्हणजे एकट्याला साबणाच्या वड्या किती लागणार? पण मिलिंदा पुन्हा पुन्हा यावी म्हणून तो तिच्याकडून वारंवार साबण घेऊन ठेवायचा. पुढे मिलिंदा येईनाशी झाली तरी कित्येक वर्षे तो ते साबण वापरीत होता; पण हे सारं तिला सांगायचं कशाला? म्हणून तो सावरून म्हणाला, "मी तर इथं एकटाच असतो. मला साबण लागून लागणार किती?"

"मग मॉडर्नचे साबण किती घेत होता?"

"मॉडर्नचे?"

"मिलिंदाचे."

"ओ–ओ! फर्गेट इट! दॅटस् अ डिफरण्ट स्टोरी." मायकेल काहीतरी लपवण्यासाठी हसला."

"आपण इथं एकटेच असता?"

“हो! एकटाच!” त्याला वाटलं, ‘भुतासारखा’ एकटाच असं म्हणावं; पण असा प्रश्न तिने का विचारावा? मिलिंदानेही असाच प्रश्न विचारला होता; पण तो वीस वर्षांपूर्वी. त्यावेळी त्या प्रश्नांतून अनेक गोड गोष्टी सूचित झाल्या होत्या; पण आता आपल्या या वयात तिने असा प्रश्न का विचारावा? – का विचारला असेल तिने हा प्रश्न?

“का?” काहीतरी सूचित व्हावं म्हणून त्याने पृच्छा केली.

“छे! सहजच! म्हणजे फार तर दोन वड्या पुरे होतील!”

“दोन म्हणजे खूप झाल्या.”

“मग देऊ?”

“ठेवा!”

क्षण दोन क्षण शांत गेले. मग काहीतरी आठवल्यासारखं करून मायकेल म्हणाला, “मिलिंदाचं नाव तुम्ही कुठंतरी ऐकलं असेल ना?”

“मिलिंदाऽऽ–” ती गंभीरपणे काहीतरी आठवू लागली.

“मिलिंदा फर्नांडिस–”

“माझ्या वयाची असेल?”

“ओऽऽ नो! ही मी वीस वर्षांपूर्वीची गोष्ट सांगतो आहे. त्याच वेळी ती पंचविशीतली होती. म्हणजे आता पंचेचाळीस तरी उलटली असतील.”

“काही कल्पना नाही.”

“ती मला पुन्हा कधी भेटलीच नाही.”

“वारंवार भेटायची?”

मायकेलला ती पोरगी आतल्या गाठीची वाटली. तिने हा प्रश्न का विचारावा? ती वारंवार भेटली अगर न भेटली– हिला काय करायचं?

“ती फार आकर्षक होती.”

“हेच साबण घेऊन ती आली असती तर कदाचित अधिक वड्या खपल्या असत्या.”

दोघंही अचानकपणे खूप हसली. मायकेल खूप दिवसांनी असा खळखळून हसला. आपण असं हसू याची त्याला तीळभरही कल्पना नव्हती.

ती उठून गेली तरी बराच वेळ साबणाचा वास घेत मायकेल बसला होता. हलत्या आरामखुर्चीत मोठ्या खुशीने डोलकाठीसारखा डुलत होता. खरंच, हेच किंवा याहीपेक्षा कमी वासाचे साबण घेऊन मिलिंदा आजही येती तर?... मिलिंदाच्या अंगच्या वासानेच हे घर तृप्त झालं असतं...

बुटांच्या निमुळत्या टाचा टक्‌टक्‌ आपटीत ती चालायची तेव्हा आखूड टंच झग्यात आवळलेले नितंब लफ्‌लफ्‌ खालीवर व्हायचे. आवळलेली बॉडी तिच्या त्या पारदर्शक झग्यातून इतकी उठून दिसायची की, बघता बघता मन खुळं व्हायचं. किती लाटीव नि गुबगुबीत अंग! जणू दुधाच्या सायीनेच घोटलेलं. नुसत्या जळत्या आठवणीनेच त्याचं मन पिसावून गेलं.

– आणि त्या पिसाट मनाला वीस वर्षांपूर्वी जो कूटप्रश्न पडला होता, तोच आताही पडला. – मिलिंदा अशी का वागली? ती झटक्यासरशी जवळ आली आणि झटक्यासरशी दूर गेली. ती अशी का वागली? एक रात्र या घरात राहिली. फक्त एकच रात्र. एकच रात्र या घरात तिने घालवली आणि मग हे घर नकोसं होऊन आणि नकोसं करून ती जी गेली ती गेलीच. पुन्हा फिरकली नाही. दृष्टीस पडली नाही. त्यानंतर मायकेलचं जीवन वस्त्र विरावं तसं विरत गेलं. वठलेल्या वृक्षांची पानं गळून पडावी तसे दिवस गळून पडले आणि वठलेपण नशिबी आलं...

ती आली नि गेली; पण लक्षात राहिली. स्मृतीत रिघून राहिली. संगतीच्या एका रात्रीचा वण ठेवून गेली. असा वण हेलननेसुद्धा मागे ठेवला नाही. तिच्या दहा वर्षांच्या सहवासात अशी रेघ उमटली नाही.

अशी विचित्र तऱ्हेवाईक मुलगी मायकेलने उभ्या आयुष्यात पाहिली तर नव्हतीच; पण कल्पिलीही नव्हती. तिने त्याला आपल्या अंगाचा पालवी–स्पर्श उपभोगू दिला. पिंगट मखमली केस मनसोक्त कुरवाळू दिले आणि अत्तरी श्वासांत डुंबवून मन बेभान–बेताल करून सोडलं...

ती एक रात्र...

ती कुशीवर वळली तेव्हा तिच्या गळ्यातलं लॉकेट खांद्याच्या मांसल खोलगट खळीत अडकलं. त्याच्यावर 'जे. के.' अशी इंग्रजी अक्षरं होती. मायकेलनं किती हट्ट धरला. तिचा छळ केला; पण ती हटली नाही. त्या दोन अक्षरांमागचं रहस्य तिने कदापि उलगडलं नाही.

– आणि घाईघाईनं तडकाफडकी उत्तररात्रीच ती निघून गेली.

मधाच्या थेंबासारखे दिसणारे डोळे किंचित धुरकटले होते. कानशिलं तप्त होती. श्वास दग्ध होता. नाक फुलत होतं. ऊर भात्यासारखा हलत होता आणि सारं शरीर घट्ट मूठ आवळल्यागत कणखर झालं होतं; पण ती थांबली नाही.

मायकेलचा आग्रह तिने कानावर घेतला नाही. लिपस्टिकचा तुकडा ओठांवर ओढीत ती आरशासमोर आली. केस नीटनेटके केले आणि ती बाहेर पडली... नाताळात टांगलेल्या फिरत्या आकाशदिव्याप्रमाणे ती सारी चित्रं पुनःपुन्हा वळणं घेऊन त्याच्या नजरेसमोर फिरली.

त्यानंतर ती कधीच दिसली नाही. तिच्या शोधात त्याने जंग जंग पछाडले; पण अपयशच पदरी आलं. ती पुन्हा येईल आणि मग लग्नाची गोष्ट काढता येईल, या इराद्याने त्याने कन्फेशनसुद्धा केलं नाही; पण ती आली नाही आणि कन्फेशन मात्र राहून गेलं. मिलिंदाने तरी कन्फेशन केलं असेल का? कसं कळणार? की ती अजून येणार आहे? – आता कशासाठी येणार? आता राहिलंय काय?

– आता राहिलंय तरी काय?

मायकेल खिडकीला रेलून उभा राहिला. झाड उन्मळून पडता पडता दुसऱ्या झाडाला अडकून राहावं तसा.

क्षण–दोन क्षण त्याचं मन बधिर झालं. मनात एखादा विचार आहे याची जाणीव नव्हती. भलामोठा ढग संथपणे आकाशातून सरकावा आणि त्याची गर्द छाया खाली पडावी तसं त्याचं मन आच्छादून गेलं. किंचित कालाने तो जाणिवेत आला तेव्हा समोरच्या वृक्षावरची पानं गुपचूप खाली पडत होती. तेवढंच त्याच्या लक्षात आलं. पानं गळत होती. एकामागून एक गिरक्या घेत. पालापाचोळा होऊन...

मघाशी वाजतगाजत गेलेल्या प्रेतयात्रेतील टाळांचा आवाज त्याच्या कानी पुन्हा घुमला. ते प्रेत अद्याप आसपास आहे, दूर गेलं नाही असा त्याला भास झाला आणि भकास भयाने त्याचे तळहात ओले झाले.

मायकेलनं कोट चढवला, काठी घेतली आणि लटक्या चालीने तो बाहेर आला. घराला कुलूप ठोकलं नि तो अंगणात आला.

कुंपणाच्या बाहेर अंगाचं वेटोळं करून चपट्या–चिंचोळया पोटाची कुत्री शेपटीवरलं रक्त चाटत बसली होती. "यू दर्टी क्रीचर! माझ्या पावावर जगलीस नि व्यालीस दुसरीकडे?–" मायकेल तुच्छतेनं थुंकला.

"यू गो टू डॉग्ज!" गुडघे पेचत तो खाली वाकला. छोटीशी खापरी उचलून ती कुत्रीवर भिरकावीत तो चरफडला, "गेट अवे–गेट अवे! डोण्ट स्टे हिअर..."

पण कुत्री जागची हलली नाही. शेपूट चाटत बसून राहिली आणि मायकेल विटलेल्या मनानं पुढं गेला. त्याने चर्चच्या पायरीवर पाय ठेवला आणि घंटेचा घुमणारा पहिला टोला पडला. अगदी अकस्मात आणि त्या टोल्याच्या धसक्याने आपलं काळीज बंद पडतं की काय असं त्याला भय वाटलं.

"आय मस्ट कन्फेस... आय मस्ट!"

खिशात हात घालून त्याने स्फटिकांची माळ काढली आणि तो चिमटीतल्या चिमटीत मणी ओढू लागला.

घंटेचा आणखी एक टोला. गच्चीवरून सोडलेला कागदाचा कपटा तरंगत खाली यावा तसा तो नाद तरंगत मायकेलच्या कानांवर आला.

"बिफोर आय डाय... आय मस्ट कन्फेस!"

"Incline unto my aid, O God."

"O Lord, make haste to help me

O father..."

मायकेलच्या चिमटीतले मणी त्याला नकळत झपाटल्यासारखे टक्‌टक् सरकू लागले आणि जीभ तोंडातल्या तोंडात चिकटू लागली.

"O Lord... O father..."

घंटेच्या टोल्याने सारी हवा कुंद-सुतकी झाली. आपण बर्फाच्या लादीखाली अडकलो आहोत असं त्याला वाटू लागलं. दातांच्या कवळ्या एकमेकींवर कडकडून आपटू लागल्या.

'नीलर'वर गुडघे टेकून मायकेलने मान खाली टाकली. सुळावर गेलेल्या माणसाप्रमाणे तो किंचित काळ निर्जीव झाला.

पडद्यापलीकडे फादर आहे याची सूक्ष्मशी जाणीव होताच...

"ओ फादर... आय कन्फेस... वीस वर्षांपूर्वी मिलिंदाच्या संगतीत घडू नये ते घडलं... आजही तिच्या त्या आठवणीने मन खुळं होतं. मला खूळ लागलं आहे. आय ॲम मॅड... ओ फादर!"

"इन द नेम ऑफ गॉड यू आर ॲबसॉल्वड्... आता उर्वरित आयुष्य सत्कारणी लागू दे!" पडद्यामागून संथ क्षीण आवाज आला.

– आणि अंधारात चाचपडता चाचपडता उजेडाचा कवडसा आला. तल्खली झाली असता शीतल पाण्याचा शिडकाव झाला. बुडता बुडता घट्टसा आधार मिळाला.

ताजातवाना होऊन मायकेल उठला. मर लागलेल्या मनाला पालवी फुटली. तो उभा राहिला आणि काठीवर भार न देत चालू लागला.

चर्चच्या पायरीवर पाय टाकताच त्याला वाटलं, घंटेचा अजस्र टोला कानी पडेल; पण पडला नाही. मघाशी तरी खरोखरच टोले पडत होते की, आपल्याला भास झाला असा त्याला संशय आला; पण तो विचार टिकला नाही. कारण त्याचं मन उमललं होतं. स्वच्छ स्नान करून आल्याप्रमाणे त्याला तरतरी वाटत होती. एका जोखडातून तो मोकळा झाला होता.

आवारातल्या मेरीच्या पुतळ्याकडे वळून मायकेलने खांद्यांना तर्जनीचा स्पर्श केला आणि तो पुटपुटला –
"Holy Mary, Mother of God...
Pray for us sinners now
And at the hour of death..."
त्याचं मन प्रसन्न झालं. सुवासिक साबणाने अंघोळ केल्यानंतर साबणाच्या मंद रेंगाळणाऱ्या गंधाने प्रसन्न व्हावं तसं–

तेवढ्यात कुंपणाकडल्या वाटेने जाणाऱ्या बाईने आपल्याकडे पाहून चालीचा वेग वाढवल्याचा त्याला भास झाला. डोळ्यांच्या कडांतून त्याला तशी पुसट जाणीव झाली. म्हणून तोंड तसंच उघडं टाकून मायकेलनं तिच्याकडे रोखून पाहिलं; पण तिने दुसरीकडे वळवलेला चेहरा त्याला अगदीच तिरकस दिसला. तिचा बांधा, कूस नि नितंब पाहून मात्र त्याला मिलिंदाची आठवण झाली. ही मिलिंदाच तर नव्हे?.. साबणाचा सुगंध नाकावर लहरला.

हातातली मण्यांची माळ खिशात टाकून मायकेल झपझप चालण्याचा प्रयत्न करू लागला. तिला समोरून पाहण्याची त्याला उत्कंठा लागली. अनावर झाली. पायाच्या काठ्या पुढे पुढे टाकून तो वेगाने चालू लागला. ही अशीच आणखी दोनचार मिनिटं चालेल तर तिला हमखास गाठीन असा विश्वास वाटतो न वाटतो तोच ती समोर थांबलेल्या टॅक्सीत बसली आणि बघता बघता अदृश्य झाली.

ती टॅक्सीत बसता बसता त्याला तिचा जो चेहरा दिसला त्यावरून त्याला पुन्हा वाटू लागलं की, ती मिलिंदाच असावी... टॅक्सी वळता वळता तिने ओझरतं चोरून माझ्याकडे का पाहिलं?... ती माझ्या घराकडे का पाहत होती...? ... मिलिंदाच ती... मिलिंदाच...

मेरीकडे वळलो नसतो तर तेवढ्यात ती खात्रीने सापडली असती, असा चुटपुटता विचार मनात येऊन जीव हुरहुरू लागला. खरं म्हणजे तो मेरीकडे फारसा कधी वळत नसे. आजच वळला आणि अधिक वेळ थांबला. म्हणून तो अधिक हुरहुरू लागला.

अजूनही आपण त्याच झपाझप चालीने चालतो आहोत हे त्याच्या लक्षात आलं आणि गुडघ्याची वाटी निसटते की काय या भित्र्या विचाराने तो बघता बघता खंगला. आक्रसून गेला. चाल एकदम मंद झाली. त्याला थकवा आला. पापण्या जड झाल्या. रक्त थिजू लागलं. मिलिंदा भेटती तर तिच्या धगधगत्या मिठीत आपल्याला किती ऊब मिळती, या विचाराने त्याचं शरीर आखडून लटलटा कापू लागलं.

तसाच तो कसाबसा घरी आला. फाटकापाशी पडलेल्या दगडावर हतबल होऊन बसला. निमुळत्या पोटाची कुत्री सरकत पुढे आली आणि मायेने तिने त्याचा गुडघा चाटला, तेव्हा त्याला एकदम भरून आलं. तिच्या मस्तकावर चार बोटं ओढीत मायकेल म्लानपणे पुटपुटला, "कुठं व्यालीस? – या घराचा गुणच असा..."

त्याच्या नाकातून उष्ण धग ओसरली.

"मिलिंदाचा पोरगा असता तर तुझ्या पपीशी खेळला असता... खेळला असता..."

घायाळ झालेल्या पाखराप्रमाणे मायकेलचं तोंड वासून उघडं पडलं. जड झालेल्या डोक्याचा भार त्याने मागल्या खांबावर टेकला. जळता जळता आडव्या पडलेल्या मेणबत्त्यांप्रमाणे त्याचे डोळे गालावर रेघू लावून वितळू लागले.

अनोळखी

सांज ढगात पांगली होती. आणि त्या अनोळखी रस्त्यातून अप्पा झपाझप चालत होते. बराच वेळ ते त्याच वेगाने चालले आणि मग आपण फारच जोरानं चालतो आहोत हे त्यांच्या ध्यानात आलं. आपल्या तरतरीतपणाबद्दल त्यांना ओझरतं कौतुक वाटलं. सहसा असा तरतरीतपणा, असा जोम त्यांच्या कोणत्याच हालचालीत दिसत नसे. विशेषतः अलीकडे!

पण आज त्यांचं मनच मुळी तरारून उठलं होतं. का कोण जाणे! निश्चित कारण सांगणं कठीण! कदाचित ते परगावी आले होते म्हणून असेल. कदाचित होस्टेलमधली आपली मुलगी सहा महिन्यांनी भेटणार म्हणून असेल... आणखीही एखादं कारण असेल; पण आज मन मोठं उमदं होतं एवढं खरं! टायची गाठसुद्धा सुंदर, ठीक बसली ती त्यामुळेच असावी.

एव्हाना नंदिनीचं कॉलेज जवळ आलं होतं; कारण त्यांनी राजबहाद्दूरसिंग रस्ता आताच ओलांडला होता; पण कॉलेज जवळ आलं म्हणून त्यांनी पावलांतली गती कमी केली नाही. फक्त कॉलेजची भव्य इमारत नजरेत आली तेव्हा ते क्षणभर थांबले. वरच्या खिशातनं बोटभर लांबीचा कंगवा काढून त्यांनी वाऱ्यानं विस्कटलेले केस नीट बसवले आणि दरबारी मिशीवर दोन्ही बाजूनं तर्जनी ओढून ते पुन्हा चालू लागले.

कॉलेजच्या गेटपाशी त्यांना भलामोठा घोळका दिसला. स्त्री-पुरुषांचा, मुलाबाळांचा. त्यांनी छाती भरून श्वास घेतला. मानेत ताठरता आणली आणि छाती तटाटून पुढं काढून ते ऐटदार लकबीत चालू लागले. गेटपाशी येताच आपल्याकडे कोणीतरी दोन बायका पाहत आहेत असा त्यांना भास झाला; पण त्यांनी मान वळवून त्या कोण आहेत हेसुद्धा पाहिलं नाही.

"हॅलो, मिस्टर अवसरे!" एका जख्खडशा म्हाताऱ्यानं तोंड पसरत अप्पांना अभिवादन केलं. नुसता हात वर करूनच अप्पा "हॅल्लो!" म्हणाले; पण ते थांबले नाहीत, बोलले नाहीत. हा म्हातारा कोण हेसुद्धा त्यांच्या लक्षात आलं नाही. नीटसं ओळखता आलं नाही आणि मुद्दाम ओळख पटवून घेण्याची त्यांनी तसदीही घेतली नाही; कारण अनेक स्त्री–पुरुषांच्या समक्ष त्या म्हाताऱ्यानं बरोबरीची ओळख दाखवावी हे त्यांना तेवढंसं आवडलं नाही.

ते आणखी थोडे पुढे गेले.

कॉलेजच्या आवारात घोळक्या–घोळक्यानं कितीतरी स्त्री–पुरुष उभे होते. मुलं इथं तिथं हुंदडत होती; पण अप्पांनी इकडेतिकडे पाहिलं नाही. आपली सभ्य नजर जमिनीवर रोखून ते हॉलकडे निघाले. मध्येच कोणा एका बाईने दुसरीस खुणावून अप्पांकडे बोट दाखवलं, असं त्यांना डोळयांच्या कोपऱ्यातून दिसलं. त्यांचं कुतूहल चाळवलं गेलं. आपल्याला अगर सुमित्रेला ओळखणारी कोणी बाई असेल असं त्यांना वाटलं; पण अगदी निग्रहानं त्यांनी मागं वळून पाहिलं नाही.

हॉलच्या पायऱ्या चढता चढता कुणीतरी हटकलं,

"अप्पासाहेब!"

भागच पडलं म्हणून अप्पांनी मान उचलली.

"ओ हो! शांताबाई, तुम्ही कशा काय इथं?"

"माझी पुतणी आहे या कॉलेजात. तुमची नंदापण इथंच आहे म्हणे!"

"म्हणूनच आलोय!"

"फार दिवसांनी भेट होते आहे!"

"हो. बरीच वर्षं झाली."

"सुमित्रा गेल्यानंतर एकदा मुंबईस आले होते. तेव्हा तुम्ही बाहेरगावी गेल्याचं कळलं. म्हणून त्यावेळी भेट झाली नाही."

"......"

"कसं चाललंय? एकटेच ना मुंबईस?"

काहीही न बोलता त्यांनी विकटपणे जिवणी चाळवली आणि आकाशातले भुरके ढग न्याहाळण्यास सुरुवात केली. या विषयाची पुसटशी आठवणसुद्धा आपल्याला तापदायक होते हे तिला कळावं म्हणून. एकाकी जीवन हे असंच असतं. असंच असणार. चालायचंच. एवढंच त्यांना सुचवायचं होतं.

क्षणा–दोन क्षणांच्या शांततेनंतर...

"बराय!" अप्पा म्हणाले.

ते हॉलकडे वळता वळताच, बरोबरच्या बाईकडे शांताबाई काहीतरी कुजबुजल्या. अस्पष्ट, असंबद्ध शब्द त्यांच्या कानी पडले. त्यामुळे त्यांना हुरहुर वाटली. एखादं स्पष्ट, सुसंबद्ध वाक्य कानी पडतं तर त्यांना खरोखरच बरं वाटलं असतं; कारण त्यामुळे आपल्याबद्दल कोण काय बोलतात हे त्यांना ओझरतं, पुसटसं कळलं असतं आणि तसं काहीतरी आपल्याला कळावं असं त्यांना नेहमीच वाटे.

सुमित्रा गेल्यापासून त्यांना हे एक वेडच लागलं होतं. त्यांना वाटायचं, गेली सहा वर्षं आपण या वयातही एकटे राहिलो आहोत याचं आप्तेष्टांनी कौतुक करावं. त्या विषयावर कोणी काहीतरी बोलावं. सहानुभूतीचा एखादा निःश्वास सोडावा. आपली गाठ घेऊन म्हणावं, "अप्पा, म्हातारपणी सोबत हवी. कोण पाहणार तुम्हाला? नंदिनी आपल्या घरी जाईल आणि तुम्ही एकटे पडाल– अगदी एकटे! त्यापेक्षा या वयात लग्न करून घ्या!"

पण तसा प्रसंग क्वचितच येई. शांताबाई असं काहीतरी बोलतील असं त्यांना वाटलं होतं; पण त्या गप्पच राहिल्या. तथापि त्यांच्या मौनातून सहानुभूती झिरपत होती असं मात्र अप्पांना वाटलं. म्हणून त्या काय कुजबुजल्या हे जाणून घेण्यास त्यांचं मन उत्सुक होतं; पण ते जमलं नाही.

हॉलच्या दरवाजापाशी येताच छातीवर गुबरी फुलं लावलेल्या दोन अल्लड तरुणी पुढं आल्या. त्यांनी अप्पांचं निमंत्रण पाहिलं. आपल्याकडल्या यादीतील नावासमोर खूण केली. नंबर बी–एकोणीस!

दुसऱ्या तरुणीनं मोठ्या अदबीनं त्यांना खुर्ची दाखवली.

अप्पा खुर्चीवर बसले. पुन्हा एकदा त्यांनी जोरात श्वास घेतला. हातरुमाल काढून कपाळ टिपलं. हातरुमालातला नार्सिससचा वास एकदम लहरून गेला. त्यांना एकदम चोरासारखं वाटलं. मनात आलं, चुकलं आपलं. हातरुमालावर आपण अत्तर शिंपडलं हे काही योग्य नाही. ज्या माहीतगाराला हा वास येईल त्याला आपली वृत्ती अजून रंगेल आहे असं वाटेल. म्हणून त्यांनी झटपट रुमालाची घडी केली आणि आतल्या खिशात कोंबली. खोल दडपली.

आता अगदी मोकळेपणानं त्यांनी हॉलमध्ये चौफेर नजर फिरवली.

त्यांना वाटलं, आपण थोडे लवकर आलो हे बरं झालं.

हॉलमध्ये काळोख झाल्यानंतर आपण आलो असतो तर कुणाचेच चेहरे आपल्याला दिसले नसते. उलट अंधारात, आपण एकटेच, एकाकी आहोत हीच जाणीव तीव्र झाली असती. आपल्याकडे कुणी पाहत आहेत हेही आपल्याला कळलं नसतं.

बहुतेक खुर्च्या भरल्या होत्या. बहुतेकजण आपापल्या पत्नीबरोबर आले होते. अनेकांच्या बरोबर मुलं–बाळं होती; पण एकच पास आणून, एकच खुर्ची अडवून फक्त आपण एकटेच या हॉलमध्ये बसलो आहोत हे त्यांच्या लक्षात यायला वेळ लागला नाही.

एका अर्थी तेही बरं झालं. कळू दे लोकांना हा असाच एकाकी जीवन जगतो आहे म्हणून! आपल्या जीवनावरील उदासीन छटा पाहू दे त्यांना.

तेवढ्यात अठरा नंबरवर खरे येऊन बसले.

शेजाऱ्याशी आपल्याला कर्तव्य काय, म्हणून अप्पा कार्यक्रमपत्रिका उगीचच निरखून वाचू लागले.

"कसं काय अप्पा? तू कधी आलास?"

"अरेच्या! तू आला आहेस काय?"

"मी इथंच असतो हल्ली!"

"याच सीटवर नंबर आहे तुझा?"

"छे! बराच मागं आहे. एफ–११"

"अस्सं!" अप्पांना सुटल्यासारखं वाटलं.

"काय चाललं आहे हल्ली?"

"काय चालायचंय आपलं आता?"

अप्पांचे डोळे मिचमिचले. मन क्षणभर विषण्णतेत लडबडलं. निःश्वासात गुरफटलं. चेहऱ्याच्या रेषा किंचित लांबट झाल्या.

पण ते अधिक काही बोलले नाहीत. ते याबाबतीत कधीच कोणाशी सलगीनं बोलत नसत. नंदिनीशीसुद्धा! जे काही व्यक्त करायचं ते नजरेतून आणि निःश्वासातून!

तीन–चार वर्षांपूर्वी ते या विषयावर एकदाच पुसटसं बोलले होते. तेवढंच. "नंदिनीचं काय मत आहे कोण जाणे!" एवढंच त्यांनी एकदा खरेकडे म्हटलं होतं आणि या खरेनींही लोचटपणानं नंदिनीचं मत अजमावलं होतं.

नंदिनी म्हणाली होती, “अप्पांचं आईवर एवढं प्रेम होतं की, ते पुन्हा लग्नाचा विचारसुद्धा करणार नाहीत. अप्पांना मी चांगली ओळखते. त्यांना लग्नाचं विचारलेलंसुद्धा आवडायचं नाही!”

ते मत खरेंनी शब्दशः अप्पांच्या कानी घातलं होतं.

आणि त्या दिवसापासून अप्पा अधिकच मूक बनले होते.

असं अबोल राहण्यात, निःश्वास टाकण्यात कसलं तरी अनोळखी नि चोरटं सुख त्यांना मिळायचं. हुरहुरत राहण्यात बरं वाटायचं.

त्या सुखावर ते जगत; पण कधीकधी आतून कुठूनतरी बुडबुडा उठे. तरंग येत आणि मन किंचित काळ कंपित होई. वाटे, हे असं आपल्याला खरोखरीच जमणार आहे काय?... आणि किती दिवस?...

मग हातरुमालानं तोंड पुशीत ते स्वतःशीच निश्चय करीत, “न जमायला काय झालंय?... जमलंच पाहिजे!”

म्हणूनच त्यांनी गरम, रेशमी कपडे सोडले होते. सुंदर रंगांकडे पाठ फिरवली होती. फक्त शुद्ध सफेद कपडे ते वापरीत. आज टाय मात्र कित्येक दिवसांनी प्रथमच बांधला होता.

... खरे आपल्या चेहऱ्याकडे टकमक पाहत आहे हे लक्षात येताच त्यांनी कॉलरीत बोट फिरवून टायची पकड सैल केली आणि हॉलच्या छताकडे ते अविचल नजरेनं पाहत राहिले.

खरेंना प्रश्न पडला, बोलावं तरी काय?

अप्पांना प्रश्न पडला, खरे जात का नाही इथून?

तेवढ्यात दोन स्वयंसेविकांच्या तैनातीत एक तरुणी आली.

“माफ करा हं!” एक मुलगी खरेंना म्हणाली.

खरे ताडकन् उठून उभे राहिले. अप्पांचा निरोप घेऊन ते मागं गेले. खरं म्हणजे याच संधीची ते दोघेही वाट पाहत होते.

“बी–१८ ही आपली जागा.” त्या दोन मुली परत गेल्या.

ती तरुणी आपला पल्लेदार पदर सावरीत, बनारसी शालूचा झोळ आवरीत अल्लड बैठकीनं खुर्चीत बसली.

आपल्याला कर्तव्य नाही या निर्धारानं अप्पा खाली मान घालून कार्यक्रम–पत्रिका वाचण्यात मग्न झाले.

पण कशी कोण जाणे त्यांच्या छातीत मंद धडधड उठली.

विदेशी पावडर, अत्तर नि जुईचा लडदू गजरा. विलक्षण मादक नि धुंदी चढविणारा परिमल पसरू लागला. अप्पांनी हातरुमाल काढून नाकावर फिरवला. हातरुमालावर आपण येताना अत्तराचे चार थेंब शिंपडले हे बरं झालं असं त्यांना वाटलं.

हातरुमालानं तोंड पुसता पुसता, डोळे पुसता पुसता, त्यांनी हळूच नजरेला न कळत बुबुळं फिरवली. या नजरेला फारसं काही लाभलं नाही. फक्त चटकदार केतकी वर्ण तेवढाच जाणवला.

त्यांनी पुन्हा कार्यक्रमपत्रिका चाळवली. काहीतरी आठवल्यासारखं करून त्यांनी झटक्यानं मागं पाहिलं. खरेला पाहण्याचं सोंग करून आणि तेवढ्यात बरंचसं टिपून घेतलं. तिच्या गळयात मंगळसूत्र नव्हतं. आधी आपलं लक्ष तिच्या गळयाकडे जावं ते त्यांना पहिल्या प्रथम तेवढसं रुचलं नाही.

मग... नाक... जिवणी... नि डोळे... त्यांना वाटलं, सुमित्राच आपल्या शेजारी बसली आहे; पण सुमित्रेच्या आठवणीने ते थोडे विषण्ण झाले. त्यांना वाटलं, छे! कुणालाही सुमित्रेच्या जागी बसवणं इष्ट नाही. कल्पनेत झालं म्हणून काय झालं?

दोन्ही हातांची चौकट त्यांनी पोटावर ठेवून छातीवर हनुवटी रोवली आणि मांड्या हलवीत कसल्यातरी तंद्रीत रममाण होता होताच –

“जरा कार्यक्रम बघू!”

झटक्यानं अप्पांनी कार्यक्रमपत्रिका तिच्या हाती दिली; पण त्यांची छाती मात्र एकाएकी लफलफू लागली. आपल्या हातांची बोटं थरथरताहेत असा त्यांना संशय आला... सुमित्रा असती तर तिनं आपल्या सवयीप्रमाणे कार्यक्रम–पत्रिका हातातून हिसकावून घेतली असती. एक तुलना, का कोण जाणे, त्यांच्या मनात तुटलेल्या ताऱ्यासारखी चमकून गेली.

पडदा वर जाऊन नाटक मध्यावर आलं आणि रंगमंचावर नंदिनीचा प्रवेश झाला, तेव्हा विजेचा झटका बसावा तसे अप्पा एकदम डावीकडे झाले. हळूहळू आपण इतके कसे उजवीकडे झुकलो याचं त्यांना आश्चर्य वाटलं.

मध्येच हॉलमध्ये हास्याचा फवारा उडाला. विनोद झाला असावा. लोक हसले म्हणून अप्पा हसले. हसता हसता अंग खिदळीत ते पुन्हा एकदा उजवीकडे घसरले. शालूचा पदर कुठंतरी बाहीला चिकटला आहे याची त्यांना सूक्ष्मशी जाणीव झाली. कोटाच्या बटणाला रेशमी सूत अडकलं आहे नि ते झुळझुळत

उडतं आहे हे त्यांच्या लक्षात आलं; पण त्यांनी ते झटकलं नाही. तसंच ठेवलं. जणू ते सूत त्यांच्या मनावरच झुळझुळत होतं.

पुन्हा एकदा धाडस करून त्यांनी सरळ तिच्या तोंडाकडे पाहिलं... तिनं आपल्या लालसर किरमिजी ओठांवरून जीभ फिरवली तेव्हा जिलबीच्या रसाळ कांडीसारखे ते चमकले. तिच्या वरच्या ओठावर एक बारीकसा तीळ होता– अळशीच्या दाण्यासारखा! त्यांना सुमित्रेची डावी मांडी आठवली. गोरीपान– आणि तिथंही असाच एक; पण अधिक मोठा तीळ– अप्पाचं मन मस्तीनं भरकटण्याच्या बेतात होतं– वादळी समुद्रासारखी त्यांची नजर धुंद होत होती...

नंदिनी भाषण चुकली म्हणून लोक हसले.

कुणीतरी जोरकस चिमटा घ्यावा तसं अप्पांना वाटलं. मी हिच्याकडे हावरटपणे पाहत होतो हे पाहून तर नंदिनी चुकली नसेल ना? एक विचार त्यांच्या मनाला घाणेरड्या माशीसारखा डसू लागला– मी हिच्याकडे रोखून पाहिलेलं, झुकलेलं नंदिनीला रुचायचं नाही... तिला धक्का बसेल... मी चेकाळलोसं वाटेल... नाटक संपेपर्यंत या एकाच विचाराला अप्पा पुनःपुन्हा उडवून लावीत होते आणि तोच विचार पुनःपुन्हा त्यांच्या मनात घोंगावत होता.

कार्यक्रम संपला.

हॉलच्या बाहेर येताच नंदिनी अप्पांची वाट पाहत उभी होती.

तिच्याशी नजरानजर होताच अप्पा विनाकारण ओशाळले.

क्षणभर ते काही बोललेच नाहीत. त्यांना वाटलं, काय बोलायचं ते तिलाच बोलू दे. आपल्या बोलण्यानं विषयांतर झालं असं नको!

"आवडलं नाटक, अप्पा?"

"वाः वाः! छान झालं!" उसनवारीनं आणलेला आनंद त्यांनी आपल्या चेहऱ्यावर पसरून ठेवला.

तिच्या खांद्यावर हात ठेवून अप्पा फाटकापर्यंत आले.

मध्येच थांबून म्हणाले, "काय ग नंदा, मध्येच एकदा भाषण कशी काय चुकलीस?"

नंदिनी गप्प राहिली.

अप्पा विकलतेनं तळमळले.

"आँ? नीट पाठ केलं नव्हतंस?"

"केलं होतं की!"

"मग?"

"......"

"तेवढी चूक सोडली तर..."

"खरं सांगू अप्पा?"

"हं–हं–" अप्पांना धीर नव्हता.

"मी तुमच्याकडे पाहिलं..."

"माझ्याकडे...?" अप्पांची जीभच विरघळू लागली.

"ती तुमच्या शेजारी बाई बसली होती ना? ती थेट आईसारखी दिसत होती. तिला पाहता पाहता..."

नंदिनी बोलली नाही. अप्पाही बोलले नाहीत.

त्या काळोखात डोळयांतलं पाणी एकमेकांना दिसलं नाही.

"खरंच अप्पा, थेट आईसारखी!"

"अस्सं? मी नाही पाहिलं तिचं रूप!"

"नाही? पाहायला हवं होतं तुम्ही!"

"कोण होती ती?"

"कोण जाणे! आणि असेना का कुणीही!"

असेना का कुणीही! – ते शब्द ऐकून अप्पांचं मन जळजळलं; कारण त्यांच्या मनात 'कोण होती ती?' या एकाच प्रश्नाला सारखी उकळी येत होती.

गेटबाहेर जाताना अप्पांनी नंदिनीला पोटाशी धरून कुरवाळलं आणि म्हटलं, "उद्या मी जाणार आहे. त्यापूर्वी सकाळी तू भेटशील ना? येऊन जा सकाळी! तुझ्याशी मला बोलायचंय..."

नंदिनी मागं फिरली आणि त्या काळोखात, लोकांच्या घोळक्यात ठिपक्यासारखी अदृश्य झाली.

अप्पा रस्त्यावर आले नि अडखळले. क्षणभर त्यांना काही सुचलंच नाही. आपल्याला आता कुठं जायचं आहे हेही त्यांच्या नीटसं ध्यानी आलं नाही. त्यांनी सिगारेट काढून तोंडात ठेवली. काडी पेटवली आणि झुरके घेत फुलत्या अंगाराकडे पाहत राहिले.

कोण होती ती?

आसपास खोळंबलेल्या बायकांच्या घोळक्यात त्यांनी चोरून निरखून पाहिलं; पण ती दिसली नाही. कुठं गेली असेल?...

कोण होती ती?

अप्पा मागं फिरले. वाटलं, हॉलमध्ये गुपचूप जाऊन स्वयंसेविकांना विचारावं – बी१८ वर कोण बसली होती?... त्यांनी पुरी सिगारेट फेकून दिली. ते चोरासारखे हॉलच्या दाराशी आले. तिथं मुलींचा एक पुंजका खिदळत उभा होता. अप्पा गोंधळून घुटमळले. तरीही त्यांनी ठरवलं, यांना विचारलंच पाहिजे. म्हणून ते पुढं सरकले –

"कोण पाहिजे अप्पा?"

"हो–हो! तूच हवी होतीस. विचारायचं होतं – नाटकात बक्षीस कुणाला मिळालं?"

"अजून निकाल नाही लागला!"

"नाही? मला वाटलं तुला मिळेल म्हणून–"

"छे–छे! तुमच्या शेजारी बसलेल्या बाईनं माझा चान्स घालवला. तिला पाहताच मला आईची आठवण झाली नि...."

नंदिनीचा गळा भरून आला आहे हे अप्पांच्या लक्षात आलं.

पुन्हा गेटपाशी येईपर्यंत कुणी काही बोललं नाही.

"बरं येतो हं!"

अप्पांचा आवाज अधिक जड झाला.

नंदिनीनं नुसता हात वर केला. तिला बोलवलं नाही. न बोलताच ती मागं फिरली. अप्पांनी वळून पाहिलं, नंदिनी डोळे टिपत होती.

काही क्षण अप्पा जड होऊन रस्त्याच्या कडेला खिळून उभे राहिले.

मग सिगारेट पेटवण्यासाठी त्यांनी काडी पेटवली आणि काडीला चिकटलेली फिकट पिवळी ज्योत ते रिकाम्या नजरेनं न्याहळत राहिले. अर्धीअधिक काडी जळून गेली तेव्हा त्यांच्या लक्षात आलं, आपल्याला सिगारेट ओढायची आहे!

सिगारेटचा झुरका घेताच ती ज्योत फुलपाखरानं पंख हलवल्यागत वर-खाली झाली – अप्पा तटस्थतेनं पाहत राहिले.

समोरच्या स्टॉपवर बस थांबली. अप्पांनी वेड्यासारखं त्या बसकडे पाहिलं आणि बस तिथनं सुटताच त्यांच्या ध्यानी आलं, चू-चू-चू! हीच आपल्याला हवी होती!

व्यथा

रात्र उलटली होती.

तरीही अनुराधेच्या पापण्यांना निद्रेची ओढ नव्हती.

दूरवर आसमंतात कुठंतरी दोन कुत्री रडत होती. गळा काढून केकाटत होती. तिला आठवलं, आजोबा जेव्हा शय्येवर शेवटचे क्षण मोजीत होते तेव्हाही कुत्र्यांचे असेच रडके हेल सारखे चालू होते आणि कुणीतरी म्हणालं होतं, "कुत्र्यांना मृत्यूची पावलं आधी ऐकू येतात..."

अनुराधा त्या थंड लादीवर, या कुशीवरून त्या कुशीवर झाली.

तिच्या हृदयात मंदशी धडधड उठली. मनात अस्वस्थता अंकुरली. रात्रीचं भय वाटलं. कसलेतरी अशुभ हुंकार ऐकू येताहेत असा भास झाला.

तिला वाटलं, कुणीतरी हवं होतं इथं! सोबत असती तर बरं झालं असतं; पण सोबत असणार कुणाची?... तिचं मन विकटपणे हसलं. जवळपास कुणी नसावं, आपल्या शरीरावर कुणाची लोभस दृष्टी नसावी, आपल्यामुळे कुणाची मने चळायला नकोत आणि कुणामुळे आपलं मन बेलगाम व्हायला नको, म्हणून तर हा टप्पा गाठला! हा जगावेगळा मार्ग स्वीकारला. आता सोबतीची याचना, अपेक्षा करणं म्हणजे माघार ठरेल. पराभव ठरेल.

तिनं शेजारी ठेवलेली जपमाळ उचलली. दोनचार मणी ओढले; पण मन व्हावं तसं स्थिर होत नव्हतं. हेलकावे ठरत नव्हते.

क्वचित असा दिवस येतो. एखादाच दिवस; पण सारं जीवन ढवळून निघतं. सारी तपश्चर्या धगधगू लागते. जे पराकाष्ठेनं गोठवलं ते वितळणार की काय असं वाटू लागतं...

सायंकाळी...

त्या डहाळीवरल्या कावळ्यानं हे विचित्र तरंग उठवले. उडण्यासाठी त्यानं दोन-चारदा पंख हलवले; पण तो उडाला मात्र नाही. अनुराधा सारखी पाहत होती. तरीही तो उडाला नाही. उलट कर्कश काव काव करीत तो बराच वेळ तिथंच राहिला. खरं म्हणजे कावळा इतका वेळ कधी एके ठिकाणी बसत नाही. कावळा म्हणजे साक्षात चंचलता! पण तो बराच वेळ त्या डहाळीवर होता. आपली डांबरी चोच पेचून पेचून काव काव करीत होता.

अनुराधेला प्रथम कुतूहल वाटलं. तिला आठवलं, लहानपणी तिला आईनं सांगितलं होतं- मुलगी वयात आली म्हणजे तिला कावळा शिवतो.

वयात आल्यावर तिचं ते कुतूहल उरलं नव्हतं. कुपीत राखून ठेवलेल्या अत्तराप्रमाणे केव्हाच उडून गेलं होतं.

पण तरीही कावळ्याबद्दलचे कुतूहल मात्र पुसटसं का होईना मनात कुठं तरी तग धरून होतं. विशेषतः कावळ्याला काही गोष्टी कळतात याचं. कुणी यायचं असलं म्हणजे कावळा खिडकीच्या दारावर येऊन बसतो आणि काव काव करतो. "कुणी येणार असेल तर उडून जा!" असं म्हणताच उडून जातो. तिला आपलं बालपण आठवलं. भाऊ, मामा, नात्यागोत्यातली सारी माणसं घरी यावीत आणि घर फुलून जावं, या इच्छेनं ती नेहमी कावळ्याच्या मागं लागे. कुठं कावळा ओरडला की म्हणे, "कुणी येणार असेल तर उडून जा!" कावळा उडून जाई नि ती भाबडेपणानं मोटारचा भोंगा वाजण्याची वाट बघत तासन्तास गेटपाशी उभी राही.

आणि आता याही वयात-

फार वेळ बसलेला हा कावळा उडून जाऊ नये, इथंच काव काव करीत बसावा असं अनुराधेला वाटलं आणि कशी कोण जाणे, एखाद्या नेणत्या मुलीसारखी ती एकदम पुटपुटली, "कुणी येणार असेल तर उडून जा."

त्याच क्षणी तो कावळा उडून गेला.

आणि उडून जाताना त्यानं जसा काही आपल्या हृदयाचा तुकडा तोडून नेला अशा तऱ्हेनं अनुराधा अस्वस्थ झाली. हृदयीच्या तारा कुणीतरी छेडतं आहे आणि विस्मृतीत गडप झालेले अनेक सूर वलयं उठवताहेत, मन कंपित करून सोडताहेत असं तिला वाटू लागलं. कसली तरी अनामिक, अनोळखी हुरहुर...

मन तडफडू लागलं. व्याकूळ, विषण्ण झालं.

आणि सर्वांत अधिक दुःख जर कशाचं होत होतं, तर ते या अस्वस्थतेचं, हुरहुरीचं कारण कळत नव्हतं याचं.

इथनं मागं फिरायचं का? –नाही. तर तो तिचा निर्धार होता. ज्याच्याशी परमेश्वरानं गाठ मारून दिली त्याचे पुन्हा पाय धरायचे का? –नाही. तो तर तिचा जुना निर्णय होता. मग ज्यांच्या संगतीत धुंदीमस्तीचे मादक क्षण घालवले, त्यांच्याच परिसरात परत जायचं? –छेः! त्यांनाच तर कंटाळून ती इथं आली होती...

तिला पुन्हा भास झाला.

शेजारच्या डहाळीवर कावळा बसला आहे. काव काव करतो आहे. मोठ्या आवेगानं तिनं हात झटकला. ही कटकट इथं नको म्हणून आणि मग तिच्या लक्षात आलं, या उत्तररात्री कावळा कुठला येणार आहे?...

तिला वाटलं या व्याधीतून आता मोकळं व्हायचं असेल, मन स्वच्छ नि शांत करायचं असेल, तर या निर्मळ चांदण्यात आपण मनमुराद न्हाऊन घेतलं पाहिजे... बाहेरच्या मोडक्या कट्ट्यावर बसून, डोळे मिटून, अभंग आळवले पाहिजेत...

जळ कोपले जळचरा–माता अव्हेरी कुमारा

जनी म्हणे शरण आले–पाहिजे ते उद्धरिले...

विनासायास चरण तिच्या मनात घोळले; पण गात्रं मात्र गळत होती. उठून बसण्याचा प्रयत्न करता करता...

ती स्वतःशीच म्हणाली, "कोण बरं चढण चढतो आहे?"

एक शुभ्र ठिपका वळण घेऊन वर सरकतो आहे.

कोण चढण चढते आहे असे का नाही आपल्या मनात आलं? येईना का कुणीही आपल्याला त्याचं काय?...

जनी म्हणे शरण आले...

दाणगटपणे घंटेचा टोला बसला. घंटा थरथर कापू लागली.

"कोण?" उठता उठता अनुराधेनं विचारलं.

सिगारेटच्या, चिरुटाच्या धुरानं करपटलेला तो करडा आवाज अनुराधेला परिचित वाटला.

"मी... गोवर्धन!"

"आलंच माझ्या लक्षात."

"पण अनु, तू इथं कशी? या डोंगरकपारी–निर्जन स्थळी?"

"खरं म्हणजे हा प्रश्न मी तुला विचारायला हवा! या जागेचा पत्ता तुला कुणी दिला?"

"जयराम गोहीलनं!"

"मलाही हे स्थळ त्यानंच सांगितलं होतं. तुलाही त्यानंच सांगितलं! आणखी कुणा कुणाला तो इथं पाठवणार आहे?"

"असं पाठवून का कुणी येतं?"

"पण जयराम काय करतो?"

"तेच पूर्वीचं..."

"त्याच्या बायकोला क्षय झाला होता ना?"

"पण बरी आहे आता–"

"त्याला मुलं आहेत तेवढीच–की वाढली आहे संख्या?"

"तुझी माहिती काय आहे?"

"चार मुली आणि एक मुलगा–"

"त्यानंतर त्याला आणखी एक मुलगी झाली आहे!"

"खरं म्हणजे, दुसऱ्यांना हे स्थळ सुचवण्याआधी त्यानं स्वतः इथं येऊन राहायला हवं!"

"मुलाबाळांचे आणि संसाराचे पाश इतके विरलेले नसतात अनु, सहज तुटायला!"

"हे तुला कसं कळलं?"

"कुठं कळलंय? तुला नि मला हे कळायचं नाही! मला तर मुळीच नाही. तुझं लग्न तरी झालं होतं. संसार म्हणजे काय हे तुला थोडं तरी माहीत आहे."

कुणी काही बोललं नाही!

"ते जाऊ द्या! इथं कसं वाटतंय तुला?"

अनुराधा बोलली नाही.

"पण एकंदरीत काही ठीक दिसत नाही."

गोवर्धनानं तिच्या नजरेत टवकारून पाहिलं.

“उगीच काहीतरी! कसं कळलं तुला?”

“हे मला तू विचारावंस, अनु?”

“का?”

“बाईच्या नजरेवरनं, मुद्रेवरनं मी तिचं मन ओळखू शकतो असं तूच अनेकदा म्हणायचीस–”

अनुराधेचं शरीर शहारल्यासारखं झालं.

“खरं म्हणजे अनु, मी तुला सांगितलं होतं की, विरक्तीचं हे तुझं वय नव्हे!”

“विरक्तीला वय कुठं लागतं?”

“चार वर्षांपूर्वी तू हेच म्हणाली होतीस. त्याच वेळी मी म्हटलं होतं– तुझी घाई होते आहे म्हणून...”

“मग काय करू? मला राहवलं नाही. आपल्या धंद्यात प्रसिद्धी नि पैसा खूप; पण त्यामागं जे चालू असतं ते सारं झेलायला, सोसायला निराळ्या वृत्तीची माणसं लागतात. मला त्या साऱ्याचा वीट आला होता.”

“असला वीट क्षणिक असतो, अनु!”

“पण माझी वृत्तीच मरू लागली होती!”

“वृत्ती कशाने मरेल? तुझ्यावर कुणी जबरदस्ती करीत नव्हतं. मी कधी तुझ्या मनाविरुद्ध...”

जुन्या आठवणींना गोंजारताना अनुराधा मनातल्या मनात शरमली.

“खरं की नाही?”

अनुराधा बोललीच नाही.

“ती सारी सुखं तू आपणहून जवळ केलीस.”

अनुराधेनं ओठ मिटले होते.

“खरं म्हणजे एका हातानं टाळी कशी वाजणार? ती देवघेव असते. काही क्षणापुरती का असेना...”

तिची जीभ चिकटलेली होती. मग ती बोलली ती विषय बदलण्यासाठी.

“मला हेवा वाटतो जयरामचा.”

“का?”

“या धंद्यात राहूनही त्यानं सारी उत्तानता, सारी मस्ती, धुंदी कोरड्या नजरेनं पाहिली. घराबाहेर तो अलिप्त राहिला आणि...”

"आणि त्याच्या बायकोची दया नाही येत?"

"का?"

"पाच–सहा मुलांचं लेंढार आहे म्हणून..."

"तसं नको म्हणूस! मुलं म्हणजे... काय सांगू तुला!"

गोवर्धन बोलला नाही. तो तिच्या शेजारी बसून राहिला. कितीतरी वेळ गेला. अनुराधा स्थिर नजरेनं त्याच्या डोळ्यांत पाहत होती.

"काय पाहते आहेस?"

तिनं नजर खाली ठेवली.

गोवर्धन गप्प राहिला.

ती पुन्हा त्याच्या पापण्या नजरेनं कुरवाळू लागली.

गोवर्धनाचे डोळे कृतज्ञतेनं लुकलुकले.

त्यानं आपला गाल अनुराधेच्या केसावर घासला.

तिनं वर त्याच्या तोंडाकडे पाहिलं.

अशा एकांतात, अशा शांततेत मन स्थिर राहत नाही. म्हणून तिनं विचारलं.

"तुझा विचार काय आहे आता?"

"कशासंबंधी?"

ती दचकून गप्प बसली.

"माझं उत्तर आयुष्य मी तीर्थाटनात घालवायचं ठरवलं आहे. मनाला एक विरंगुळा म्हणून..."

"मग माझ्या विरक्तीला तू का विरोध करीत होतास?"

"तुझं वय झालेलं नाही. अनु, तुझा चेहरा सुकलाबावला आहे तो फक्त चिंतेन–रुखरुखीनं!"

"आणि तू?"

"........"

गोवर्धन काही बोलला नाही. काही गोष्टी पुरुषाला बोलता येत नाहीत हे त्याच्या लक्षात आलं!

"इथं किती दिवस राहणार आहेस?"

"तसं काही ठरवलेलं नाही. मी आयुष्यात कधीच काही ठरवलं नाही. चाळीस वर्षे फक्त धडपड केली... सर्व तऱ्हेची!"

खुद्द तिलाच नकळत अनुराधेचे ओठ लाजून हसले.

"खरं म्हणजे, तू कधी काळी असा निवृत्त होशील असं कधीच वाटलं नव्हतं."

गोवर्धन बोलला नाही. पराभूत भाषा त्याला रुचली नसावी.

"पण या निवृत्तीत काय वाटतं रे तुला?"

"खरं सांगू? माझा जीव तगमगतो. पंख तुटलेल्या पाखराप्रमाणे... त्या साऱ्या स्मृती उसळून वर येतात... ते सारे चेहरे टवकारून पाहतात... आणि मग वाटतं-कुठंतरी मन गुंतवलं पाहिजे. ही सारी धडपड आहे. अनु, त्या स्मृती, ते चेहरे – त्यातून मुक्त होण्यासाठी!"

"त्यात माझा चेहरा–माझी स्मृती?"

गोवर्धन खांदे हलवीत हसला.

"खात्रीनं अनु!" त्यानं अनुराधेचा हात हातांत धरला. तिची तशी अपेक्षा नव्हती.

अनुराधा शरमेनं वाकली.

"अनु, तुझे हात असे थंड का?"

अनुराधा विरघळून गप्प बसली.

"काय आहे तुझ्या मनात, अनु?"

गोवर्धन तिला न्याहाळून निरखू लागला.

"छे:! कुठं काय? काही नाही!"

"खोटं नको बोलूस अनु! चाळीस वर्षे हेच पाहतो आहे, हेच करतो आहे. तुला का माहीत नाही?"

अनुराधा विषण्ण होऊन वाकली.

"संध्याकाळपासनं अशी अस्वस्थ आहे रे मी?"

"का बरं?"

"काही कळत नाही. जीव हुरहुरतो आहे."

चांदणी निखळावी तसे अश्रू चमकून ठिबकले.

"वाटतंय कुणीतरी जवळ घेऊन थोपटावं!"

त्यानं तिला जवळ ओढली. तिचं मस्तक आपल्या छातीवर टेकलं आणि तिचे मांसल खांदे थोपटू लागला.

"आता बरं वाटतंय? तू शांत झोप. मला अनेकजणी शिव्या देतात. म्हणतात, मला हृदय नाही; पण खरं सांगतो अनु, मी कुणाला कधी फसवलं नाही. तुला वाटतं तसं?"

"नाही रे, तुझ्यावर मी आसक्त होते; पण कधीच वाटलं नाही मला तू फसवलंस म्हणून. तुझे व्यवहार खुले असायचे. तू सारंकाही आधी बोलून मोकळा व्हायचास!"

जुन्या आठवणीनं तिचं ऊर दबदबू लागलं. नाकातोंडातून गरम श्वास सुटू लागले. कानशिलं तापली. कानांत उष्णता पांगली. डोळयांच्या कडा जळू लागल्या.

तोंड वर करून ती तशीच पाहत राहिली.

कितीतरी वेळ ती तशीच होती.

पण काही घडलं नाही.

तिची अपेक्षा पोकळ ठरली.

तिनं त्याच्या गळयाभोवती हात टाकले.

गोवर्धन थंड बसला होता.

तिचा पदर ढळला.

कुठंतरी दूर पाहत तो तिला थोपटत होता.

"गोवर्धन!"

"अं?"

"कुठं आहे लक्ष?"

तो बोलला नाही.

"गोवर्धन!"...

"अनु, कशासाठी ही प्रतारणा? विरक्तीचं तुझं हे वय नव्हे."

"मग तू?"

"माझं वय झालंय!"

"गोवर्धन, आजची ही एकच... एकच रात्र..."

"चाळीस वर्षांनंतर एका क्षणासाठी मी तुझ्यापुढं डरेन असं वाटलं तुला?"

"मग...?"

"नाइलाज आहे! माझी गात्रं आता माझी राहिली नाहीत."

"नाही-नाही-गोवर्धन!"

"अशी लोळू नकोस, अनु!"

चबुतऱ्यावरनं अनु खाली तंबोऱ्यावर पडली.

विलक्षण खिन्न आवाज करीत तारा तुटल्या.

तिनं दचकून, घाबरून पाहिलं.

अंगणातल्या फरशीवर-

मार्गी लागलेली पावलं ओलसर उमटली होती.

तशी दिसत होती!

❀❀❀

मंगू

आज रविवार!... शाळा नाही. पाटी आणि पुस्तक यांची कटकट नाही. मास्तरांच्या छडीचा प्रसाद नाही आणि त्यांचं गेंगाण्या आवाजातील शुद्धलेखन नाही. किती मजा आज! रोज रविवार येता तर केवढी गंमत झाली असती! पण छे! ....मंगूचं मन पुन्हा कुरकुरलं!... नुसता रविवार असून उपयोग नाही. रविवारी बाबा घरी असता कामा नयेत. आईही घराबाहेर हवी. नाहीतर रविवारचा उपयोग काय?... शाळेत मास्तर आणि हेडमास्तर... घरी आई आणि बाबा... एकूण दोन्ही ठिकाणी त्रास सारखाच!

मंगूच्या मनात शाळा आणि घर यांची तुलना चालू असताना त्याच्या कानावर उडत उडत बातमी आली. आई आणि बाबा म्हणे दुपारी तीन वाजता 'कुलवधू' नाटकाला जाणार आहेत. छान! छान! दर रविवारी सकाळ–संध्याकाळ 'कुलवधू' नाटक झालं तर किती गंमत होईल!

पण या बातमीनं मंगूला आनंद झाला तो क्षणभरच. आता त्याला सारखी रुखरुख लागली ती तीन कधी वाजतात त्याची. तो सारखा घड्याळाकडे पाहू लागला. च्यामारी! हे तीन लवकर का वाजत नाहीत? सकाळी भरभर वेळ निघून जातो आणि मग लवकर उठावं लागतं; पण रविवारी दुपारी मात्र हे घड्याळ जड जेवण झाल्यासारखं चालतं...

...मंगूला वाटलं, चेंडू फेकून भिंतीवरल्या त्या घड्याळाची काच तटकन फोडून टाकावी, नाहीतर धुणी वाळत टाकायच्या काठीनं संथपणे डुलणाऱ्या लंबकाला हलवून थोडी घाई करावी...

ठण्ण्!

एक ठोका पडला!

मंगूच्या मनातील अस्वस्थता आता आणखी वाढली.

...आता समजायचं तरी काय?... लहान काटा तिनावर आणि मोठा काटा बारावर! आणि ठोका मात्र एकच! म्हणजे समजायचं काय? वाजले किती? आणि आता एक वाजला असेल तर आणखी दोन तास असंच ताटकळत बसायचं?

बसल्या जागी मंगूचं मन घड्याळाच्या लंबकासारखं हेलकावत होतं.

...पण एकदाचं ठीक झालं, आई आणि बाबा नाटक पाहायला निघून गेले. एकदाची कटकट गेली. नाटक रात्री बारा वाजेपर्यंत चालेल तर बरं होईल...

आई आणि बाबा खाली उतरताच मंगूने खमिसाची सुटलेली बटणं लावली आणि खिशातले दोन आणे चाचपत तोही खाली उतरला; पण घरी आजीला न विचारता हॉटेलात जाण्यासाठी खाली उतरायचं म्हणजे साधीसुधी गोष्ट नव्हती. म्हणून कुणाच्या लक्षात येण्यापूर्वी त्याला झटपट परतायचं होतं. दोन बटाटावड्यांची पुडी बांधून होताच त्याने हॉटेलच्या पोऱ्याला पुडीवर दोरा गुंडाळण्याचीसुद्धा फुरसत दिली नाही. दोन आणे हॉटेलच्या मालकापुढे टाकून मंगूने गरमागरम पुडी खिशात कोंबली आणि तो झपाझप जिने चढू लागला. घरी दोन खोल्यांत कुणाला लपवून वडे खाणे कठीण! म्हणून जिने चढता चढताच मंगूने गरम गरम बटाटावड्यांचे मोठे मोठे तुकडे गिळायला सुरुवात केली. दोन दोन पायऱ्या सोडून तो इतक्या झपाट्यानं दोन जिने चढला की, तेवढ्या अवधीत दोन गरम वडे गिळणंही त्याला कठीण गेलं. वडे गिळता गिळता त्याची जीभ आणि टाळा तर पोळलाच; पण मधेच श्वासनलिका चोंदल्यासारखी झाली आणि जीव कासावीस झाला. वड्याचे तुकडे खाली रेटण्यासाठी डोळे मिटून आवंढा गिळता गिळता त्याचा चेहरा लालबुंद झाला आणि डोळयांत पाणी जमा झाले.

सदऱ्याच्या बाहीनं डोळे पुशीत मंगू खोलीत आला आणि कावऱ्याबावऱ्या नजरेनं त्यानं खोलीत पाहिलं. आपण हॉटेलात गेलो होतो हे कुणाला कळलं तर नाही ना, याचा त्यानं वेध घेतला. वास्तविक आज घरात होती फक्त आजी आणि छोटी रंगी... पण छोटी रंगीच महाद्वाड. मी खाली गेलो होतो एवढं तिला कळलं तरी पुरे!... मग नुसत्या संशयानेच मी हॉटेलात गेलो होतो हे ती ताडणार

आणि आजीला सांगत सुटणार... खात्री करून घेण्यासाठी तोंडाचा, हाताचा वास घेणार... आणि मी विकतचे वडे खाल्ले हे रात्री बाबांना आणि आईला सांगणार...

पण सुदैवाने रंगी गॅलरीत होती. मंगू खाली गेला होता हे तिला कळलंसुद्धा नव्हतं. आजी गॅलरीत बसून वाती वळत होती. एकूण काय, कुणालाच काही कळलं नव्हतं. मंगूला आनंद झाला; पण थोडं वाईटही वाटलं. आपण वर येण्याची उगाच घाई केली, व्यर्थ वडे गिळले आणि जीभ भाजून घेतली असं त्याला वाटू लागलं... बटाटावड्यांची धड चवसुद्धा कळली नाही... उकडलेले बटाटे गिळावे तसं झालं... आणि चटणीचं तर त्या घाईत काय झालं ते समजलंच नाही... छे... छे...! उगाचच एकदम तीन-तीन पायऱ्या चढून घाई केली. जिन्यावर बसून चावून वडे खायला हवे होते... चावून खाल्लेलं चांगलं पचतं म्हणे!

वडे खाण्यात निष्कारण घाई केली याची मंगूला चुटपुट लागली खरी; पण ती केवळ क्षणभरच. एखाद्या गोष्टीचा ध्यास घेऊन बसण्याचं किंवा सारखं चुटपुटत राहण्याचं त्याचं हे वय नव्हतं. तो लहान होता म्हणून खाऊन टाकलेल्या वड्यांची त्याला आता मातब्बरी वाटत नव्हती.

झालं! वड्यांची कथा कधीच संपली. आता मंगूचं मन रिकामं होतं; पण त्याला नेमकं तेच नको होतं. दरारा आणि धाक दाखविण्यासाठी घरी बाबा नव्हते. आईही नव्हती. होती फक्त आजी; पण आजीला–या म्हातारडीला कोण विचारतो? तिला हा हा म्हणता डोक्यावर घेता येईल. आणि रंगी? हूं!

मंगूला वाटलं, आता घरी कुणी नाही. खूप दंगा करून घ्यावा–दर रविवारी बाबा डुर्रडुर झोपतात आणि आम्हाला पावलांचा आवाजसुद्धा करता येत नाही. आज संधी बरी आहे... आधी सोमणांचा बंडू आहे की काय ते पाहू... चोर लेकाचा! शाळेत रुबाब फार दाखवतो... त्याचे मामा मास्तर आहेत म्हणून... लंगडी खेळायला म्हणून खोलीत बोलावून आणतो आणि मग अस्सा आडवा टाकतो की बस्स!

मंगूची छाती दीड वीत फुगली. सोमणांच्या बंडूला आडवा पाडून त्याच्या पोटावर बसण्याच्या कल्पनेनं त्याचं शरीर फुरफुरू लागलं.

पण सोमणाच्या खोलीत मंगू जातो तो काय? – बंडू म्हणे सिनेमाला गेला होता. ते पाहून तो मनातल्या मनात चडफडला. आता बंडूही नाही मग करायचं काय?

रंगी गॅलरीत उभी होती.

नाहीतरी मंगूला तिचा भारीच राग यायचा. तिनं केलेल्या तक्रारीमुळंच बाबांनी अनेकदा छडीचे वळ मंगूच्या पाठीवर उठवले होते. तिचेच लाड पुरविण्यासाठी आईनं उठल्यासुटल्या त्याच्या पाठीत धपके घातले होते. आईची आवडती होती ना ती!

परवा दिवशीचीच गोष्ट. मंगूनं सोमणांच्या लुकड्या बंडूला बेदम चोपलं आणि 'कुणाला सांगशील तर आणखी चोपीन' अशी धमकीही त्याने बंडूला देऊन ठेवली. म्हणून बिचाऱ्या बंडूनं अंग दुखत असतानाही कुणाला काही कळू दिलं नाही. तर ही रंगिटली पुढं आलीच. तिनं नाक खाजवलं. चहाडी केली आणि बाबांच्या हातचा त्याला यथेच्छ प्रसाद मिळाला.

आज या रंगीला चांगली अद्दल घडवावी असा त्याने विचार केला. त्याला वाटलं, रंगीला क्रिकेट खेळायला बोलवावं, बॅटिंग करायला देतो म्हणून सांगावं. म्हणजे ती धावत येईल आणि मग बॉल असा तोंडावर फेकावा की, एखादा दात तरी निखळून पडेल.

...पण छे... क्रिकेट नको... गेल्याच रविवारी घरात क्रिकेट खेळल्यामुळे कपाटाची काच फुटली आणि बाबांकडून तडाखे खावे लागले... नको, क्रिकेट नको. बाबांचा हात फार लागतो!

...मग काय करावं बरं? बस्स! सुचलं! मंगूनं चुटकी वाजवली आणि गंभीर चेहरा करून तो म्हणाला, "रंगे, इथं काय करते आहेस?"

"तुला काय करायचंय?" रंगी एकदम उलटली.

अस्सं! मला काय करायचं काय? याद राख रंगे. गाठ मंग्याशी आहे– मंगू मनातल्या मनात पुटपुटला आणि म्हणाला, "रंगे, आत चल."

"मी नाही येत."

"आत चल आणि अभ्यास कर."

"मी नाही." अभ्यासाचं नाव काढताच रंगी अधिकच चिडली.

"अभ्यास करणार नाहीस?"

"नाही!"

"मग काय नापास होणार?"

"तू नापास होतोस ते बघ आधी!"

मी नापास होतो? च्यायल्ला! भारीच झालीय की ही रंगी! माझा अपमान करते. थोरल्या भावाचा अपमान! तो एकदम ओरडून आजीला म्हणाला, “आजी गं, ही रंगी बघ, अभ्यास नाही करीत. नापास होणार कार्टी!”

“तुला काय करायचंय? तू तुझा अभ्यास कर.” रंगी पुन्हा उलटली.

“मी तुझ्यापेक्षा मोठा आहे. मी दुसरीत आहे आणि तू धड बिगरीतही नाहीस. दोन दिवसांनी परीक्षा आली. नापास व्हायचंय?”

आता या भांडणांत आजीनं लक्ष घातलं. दोन दिवसांनी परीक्षा आहे हे ऐकता आजीलाही तत्परता जाणवली. रंगीनं ताबडतोब अभ्यास केला पाहिजे हे मंगूचं म्हणणं तिला पटलं. म्हणून ती कावून ओरडली, “रंगे, कार्टे, आधी जाऊन अभ्यासाला बसतीस की नाही?”

पण रंगीनं ऐकलं नाही. उलट आजीही मंगूला फितूर आहे हे पाहून ती अधिकच संतापली. तिच्या आधीच चिडलेल्या चेहऱ्यावर अधिक संताप दरवळला. तळपायाची आग मस्तकाला पोहोचली आणि कपाळावरल्या आठ्या आक्रसून आल्या.

“मी नाही जा!” ती तोंडातल्या तोंडात बडबडली. ते आजीला ऐकू गेलं नाही; पण धुमसत्या आगीत पळीभर तेल सोडायला मंगू तिथं उभा होताच.

“बघ–बघ, आजी, तू एवढं सांगते आहेस तर ऐकते आहे का पाहा. फार शेफारलीय कार्टी!” मंगू म्हणाला.

ते ऐकताच मंगूकडे पाहत रंगीनं फुत्कार टाकले. तिला वाटलं या मंगूचं मनगट करकरा चावावं; पण बिचारीला ते जमण्यासारखं नव्हतं; कारण तिच्यापेक्षा मंगूलाच अधिक ताकद होती. गेले कित्येक दिवस ती वॉटरबरीज कंपाउण्ड प्यायची; पण अंगात ताकद म्हणून नव्हती. तिला कितीदा तरी वाटायचं की, आपल्या अंगात ताकद यावी आणि कधीतरी या द्वाड मंग्याला लोळवण्याची संधी मिळावी; पण व्यर्थ. अद्याप तरी तिला ते जमलं नव्हतं. उलट मंगूमुळं तिचंच रक्त तापायचं आणि ती अधिकच लुकडी व्हायची.

...आणि आज तर ही म्हातारी आजीही मंगूला सामील! कधीकधी भेळीसाठी किंवा पेपरमिंटासाठी ती रंगीला जेव्हा आणा, दोन आणे द्यायची, तेव्हा रंगीला वाटायचं, किती प्रेमळ आपली आजी! पण आज मात्र तिला आजीचा अगदी सपाटून राग आला. तिला वाटलं, ही म्हातारडी आता अधिक काळ न जगता मरेल तर बरी!

“गेली की नाही ती अभ्यासाला?” वातीला पोळ देत आजी पुन्हा किरकिरली.

“तशीच उभी आहे बघ. हट्ट तरी किती! मी नाही अभ्यास करीत वेळच्या वेळी?” अभ्यासासाठी नेहमी मार खाणाऱ्या मंगूनं आता एका दगडात चक्क दोन पक्षी मारले.

“थांब, उठतेच मी.” असं म्हणत आजीनं मांडीवरचं कापसाचं तबक बाजूला ठेवलं आणि उठण्यासाठी तिनं दोन्ही हातांची बोटं जमिनीला टेकली. आजीचा नसता नेट पाहताच मात्र रंगीनं माघार घेतली. आजीच्या हातच्या धपाट्याला ती घाबरली. आजीची हाडं फारच वाईट. लागतात फार. शिवाय आजीचा धपका पाठीत घेणं म्हणजे मंगूला हसायला संधी. नकोच ते. तडक जाऊन पुस्तक मांडीवर घेऊन बसावं. अभ्यासाचं सोंग केलं तरी पुरे!

झग्याशी चुळबुळ करीत रंगीनं पुस्तकांचं पाकीट घेतलं आणि तिनं अंकलिपी उघडली; पण तिला अभ्यासाचं सोंग करू द्यायला मंगू तयार नव्हता.

तो म्हणाला, “चल, मी शिकवतो तुला.” रंगीला ते सहन झालं नाही. मंगू कोण शिकवणार? त्याला काय येतंय? तो तर आताच कुठं दुसरीत गेलाय आणि तोही पास होऊन नव्हे. मास्तरना घरी आणून बाबांनी आंबरसपुरीचं जेवण घातलं, तेव्हा कुठं कार्टा दुसरीत चढलाय आणि मोठा मला शिकवायला आलाय...

पण करणार काय? नाही म्हणावं तर आजी मंगूच्या बाजूनं. म्हणून काही न बोलता तिनं असहाय नजरेनं मंगूकडे पाहिलं.

“अंकलिपी ठेव इथं.” मंगून आज्ञा केली आणि शेंबड्या नाकावर मनगट ओढून त्यानं भुर्र भुर्र करीत चेहरा गंभीर केला. त्यानं ओढूनताणून पंतोजींचा आव आणला. ‘क’ अक्षरावर बोट ठेवून तो म्हणाला, “हे अक्षर?” “क” रंगीनं अक्षर वाचलं.

मंगूचं चित्त क्षणभर गोंधळलं. हे ‘क’ की ‘फ’? पण एकूण त्याला रंगीलाच चोपायचं होतं. तेवढीच संधी त्याला हवी होती. म्हणून रंगी म्हणेल त्याच्या उलट म्हणण्याचा त्याने सपाटा लावला.

“गाढव, बेअकली,” मंगू चिडला, “हे ‘क?’ हे ‘फ’ आहे. म्हण “फ”.

“फ.” रंगी म्हणाली. “दहादा म्हण– फ–फ–फ–फ–”

“नीट लक्षात ठेव. पुन्हा चूक केलीस तर छडीनं मारणार.” त्याला मारण्यासाठी

बाबांनी आणलेली छडी त्यानं हातात धरली होती.

"हे 'क' अक्षर असं बाबांनीच मला सकाळी सांगितलं." रंगी म्हणाली.

"बाबांना काय कळतंय? मी सांगतो ते ऐक."

"तू बाबांना काय कळतं म्हणतोस? सांगू आजीला?" रंगीनं मंगूवर प्रतिहल्ला करण्याचा डाव साधला; पण मंगू असा डरणारा नव्हता. तो म्हणाला, "नसत्या उठाठेवी करून तुला अभ्यास चुकवायचाय. पुन्हा दहांदा 'फ' म्हण." 'क' अक्षरावर बोट ठेवून रंगीनं दहांदा म्हटलं, 'फ-फ-फ-फ.'

"आता हा शब्द वाच." मंगूनं सांगितलं.

'कणस' या शब्दावर बोट ठेवून रंगीनं शब्द वाचला, "फणस."

त्यानंतर मंगूनं दुसरं पान उलटलं. त्या पानावर चित्रं होती. पहिल्या चित्रावर बोट ठेवून मंगू म्हणाला, "या चित्राचं नाव लिही."

"ऋषी" रंगीनं लिहिलं.

रंगीच्या हातावर छडी बसली.

"रूशी असा लिहितात? हे पहिलं अक्षर कोणी शिकवलं तुला?" मंगू चिडून म्हणाला.

"मग कसं लिहायचं?" रडकुंडीला येऊन रंगीनं विचारलं.

"रूशी- असं लिही."

"बाबा म्हणतात पोटफोड्या 'ष' पाहिजे." रंगी.

"चूप. बाबांना काय कळतंय? शेंडीवाला 'श' पाहिजे. रूशीला शेंडी असते माहीत नाही?" हे स्पष्टीकरण रंगीला थोडं पटलं.

"दहांदा लिही." मंगूनं फर्मावलं.

"रूशी-रूशी-रूशी..."

असा अभ्यास चालू असतानाच आई नि बाबा आले आणि रंगीला मनासारखं मारता आलं नाही म्हणून मंगू निराश झाला.

पण रंगीचं दुर्दैव संपलं नव्हतं. तिची परीक्षा जवळ आली म्हणून बाबांनी ताबडतोब तिला अभ्यासाला बसवली आणि ते स्वतः तिला शिकवू लागले.

'क' वर बोट ठेवून ते म्हणाले, "वाच हे अक्षर."

'फ.' रंगी म्हणाली.

ते ऐकताच बाबा भडकले.

“हे ‘फ’? मग हा शब्द वाच.” त्यांनी ‘कणस’ या शब्दावर बोट ठेवलं.

“फणस!” रंगी म्हणाली.

“हा फणस?” बाबांचा पारा चढला. नाट्यगृहात त्यांच्यासमोरच खांब आला होता म्हणून आधीच ते चिडलेले होते.

“ऋषी हा शब्द लिही.”

“रूशी.”

ते पाहताच बाबा ताडकन उसळले.

“सकाळी शिकलेलं तू संध्याकाळी विसरलीस. मठ्ठड कार्टी! अभ्यास करायला नको. नापास व्हायला पाहिजे. भिकारडी पोर!” कडाडत त्यांनी रंगीच्या पाठीवर छड्या ओढल्या.

“बाबा–बा–बा–” रंगीला काहीतरी कळवळत सांगायचं होतं; पण बाबा कमालीचे चिडले होते. त्यांनी आणखी दोन छड्या ओढल्या. तेवढ्यात आजी मध्ये पडली आणि रंगी सुटली.

आजीच्या कुशीत तोंड लपवून रंगी कळवळून रडत होती. व्याकूळ होऊन ढसढसा रडत होती.

“असलं कसलं मेलं मारणं! न शिकेना का ती? पोरीच्या जातीला शिकून काय करायचंय? आम्ही कुठं शिकलो? शिकणं शिकणं नि भिकार चिन्हं!” आजी संतापून स्वत:शीच बडबडत होती.

आणि बोटाची नखं तोंडाने कुरतडत मंगू समाधानानं रंगीकडे पाहत होता. तिला खिजवण्यासाठी मधूनमधून नाकाचा शेंडा वर उडवीत होता.

❀❀❀

अनामिकाची
क्षणचित्रे

मी दाढी करताना स्वतःचं रूप आरशात न्याहाळतो तेव्हा माझी मलाच शरम वाटते. वाटतं मी इतका कुरूप कसा? खप्पड गाल. पेचलेले ओठ. काळसर हिरड्यांसकट पुढं आलेले दात. बसकं नाक. प्रकृती ठुसकी नि फाटकी. चिंतेनं पिकून गेलेले केस... आणि त्यातही पुन्हा डाव्या पायाचं पाऊल वाकडं.

मला अनेकदा वाटतं, मी दिसायला साधारणसाही असतो तरी चमकलो असतो. थोड्याशा शिक्षणाचा काही ना काही उपयोग झाला असता. कुठं तरी लायकी, पात्रता दाखवता आली असती.

पण ही प्रकृती... नि हे रूप... लायकीची चौकशी करण्याआधी लोक माझ्याकडे बघूनच टाळाटाळ करतात. बघण्याचं टाळतात. बोलण्याचं टाळतात. आवरतं घेतात.

लहानपणी शेजारच्या बायका मला बघून आपापसांत म्हणत, ''नाक नाही, डोळा-चिंचेचा गोळा!'' पण मला त्याचं काही वाटत नसे. वाटायचं, म्हणेनात का! आपण अभ्यास करावा आणि मोठं व्हावं. कर्तबगार व्हावं; पण आई चिडायची. तिला ते सहन होत नसे.

लहानपणी कुठल्याही खेळात भिडू म्हणून कुणी माझा स्वीकार केला नाही. ''हा नको मला भिडू'' असं प्रत्येक पोर म्हणायचं. म्हणून खेळ ही गोष्ट मला कधी जमलीच नाही. त्यावेळेपासून मी एकलकोंडा झालो ते आजतागायत; पण

त्यावेळी मात्र मला अशा गंभीर परिणामांची दखल नव्हती. ती बहुधा आईला असावी, म्हणूनच ती इतरांवर चडफडायची. तिला राग यायचा. ती दिसायला किती सुंदर होती. आणि तरीही... आज दुःख होतं. कुणाचीही प्रेमाची पाखर आता नाही.

❖❖❖

कर्तबगारीचा रूपाशी संबंध नाही असं वाटायचं; पण ते खोटं आहे हे आता कळलं. कर्तबगारी दाखवायलासुद्धा वाव हवा ना?

❖❖❖

मला आठवतं, एका चहाच्या कंपनीत विक्रेत्याच्या जागेसाठी मी अर्ज केला होता. आयुष्यातला नोकरीसाठी पहिलाच अर्ज. मुलाखतीचं पहिलंवहिलं आमंत्रण. मुलाखतीसाठी बोर्डाच्या खोलीत गेलो तर एकानंही शब्द उच्चारला नाही. एकानंही प्रश्न विचारला नाही. माझ्याकडे कंटाळवाण्या नजरेनं पाहता पाहता तिघांपैकी एकालाही मला बसायला सांगायचं सुचलं नाही. तेच खट्टू झाले आणि मग मीही! क्षणानंतर त्यांनी मानेनंच जायला सांगितलं. खोलीतून बाहेर पडता पडता कानांवर शब्द आले, "यापुढं अर्जाबरोबर फोटोही मागवायला हवेत."

तोच पहिला नि अखेरचा प्रयत्न!

त्यानंतर कानाला खडा लावून घेतला आणि 'पाहिजेत'च्या जाहिरातीच वाचायचं सोडून दिलं. अर्ज करून नोकरी मिळेल हा मोह व्हायला नको.

कुठं आपोआप–योगायोगानं–कुणाच्या मदतीनं झालं तर ठीक! होतंही कधी... कधी...!

❖❖❖

सकाळी कॅलेंडरची तारीख फाडताना मी अक्षरशः खिन्न झालो. व्यथित झालो. फाडलेल्या तारखेची सुरळी करीत जड अंतःकरणानं मी गादीच्या वळकटीवर बसलो. वयाला आज पस्तीस वर्षे पूर्ण झाली. पस्तीस वर्षं! उद्या छत्तीस वर्षांचा! ओळखणारे म्हणतील, छत्तीस वर्षांचा घोडा झाला. म्हणणारे म्हणतील... त्याला माझा विरोध नाही. त्यांच्या म्हणण्याशीही मला काही कर्तव्य नाही; पण मी पस्तीस वर्षे जगलो, याचं मलाच आता दुःख होतं आहे. जगण्यातील व्यर्थता

आणि मरणातील सार्थता पटते; पण उपयोग नाही. मरणं ही साधीसुधी गोष्ट नाही. आत्महत्येचं धैर्य निखालस माझ्यापाशी नाही. वाटतं जगावं, आणखी थोडं जगून पाहावं, तेवढ्यात काही करता येईल. काहीतरी करण्याचा–करून दाखविण्याच्या उमेदीला वाव मिळेल. वास्तविक काही करून दाखविण्याची माझी उमेद फार मोठी मस्त आहे असं नाही. आकाशाला गवसणी घालण्याची माझी ईर्षा नाही. ज्या तऱ्हेनं सामान्य माणूस जगतो त्याप्रमाणं मला जगता यावं एवढीच साधीसुधी उमेद! एवढीच अल्पशी इच्छा! पण गेल्या पस्तीस वर्षांत जे जमलं नाही. जमेलसंही दिसत नाही आणि जमणार तरी कधी?... वय हे असं जातं आहे!...

❖❖❖

गेली कित्येक वर्षं ही ससेहोलपट चालू आहे. धड कायम नोकरी नाही. कुठं स्थैर्य नाही. बेवारशी उंडग्या कुत्र्यागत रस्ते हुंगत फिरायचं–हेच नशिबी! सामान्य माणसाला हवीहवीशी वाटणारी आणि मिळणारी किरकोळ सुखंही माझ्या पदरी नाहीत.

❖❖❖

कितीतरी किरकोळ नोकऱ्या झाल्या. आज इथं, उद्या तिथं! नेमणुकीचा कागद एका हाती–बडतर्फीचा कागद दुसऱ्या हाती. कालच्या रोजगारीतली बचत आजच्या बेकारीत! असा मी जगतो आहे. असेच दिवस चालले आहेत! कशासाठी? कोण जाणे!

❖❖❖

असाच रेंगाळत रेंगाळत रस्त्यावरून चाललो होतो. रस्त्यावर एका मळकट फडक्यावर अठरापगड चिजा टाकून करपलेल्या चेहऱ्याचा एक पोऱ्या ओरडत होता, "सब लाट ब्बे ब्बे आना. सब लाट ब्बे ब्बे आना. कोई भी चीज उठाव... कोई भी चीज उठाव." त्याच्या भोवती सतरा लोकांचा घोळका जमला होता. कुणी एक, तर कुणी दुसरी चीज उचलत होता. ते पाहताच मनात विचार आला, आपल्याही जीवनाचा असाच लिलाव चालू आहे; पण जो तो पाय मात्र काढता घेतो आहे.

एका नव्या उमेदीचा किरण आज माझ्या जीवनात अवचित शिरला. अर्थात तो किती काळ टिकेल याची मात्र शंकाच आहे... शिक्षक म्हणून एका प्राथमिक शाळेत आलो आहे. एका पगारावर सही करून दुसराच पगार घेण्याचं नाइलाजानं मान्य केलं आहे. मिळेल तेवढं आपलं, एवढ्याच विचारानं...! निदान आता बेकारीचा ठपका तरी माथी नाही. 'काय करता?' असं कोणी विचारलं तर ''काही करीत नाही!'' असं सांगायला जी शरम वाटते ती यापुढं वाटणार नाही.

...वर्गात येताच पोरं उठून उभी राहिली. ते पाहून मन तरारून गेलं. पुन्हा एकदा आपल्याला भाव आला अशी फुटकळ जाणीव मनाला कुरवाळून गेली; पण क्षणभरच! पोरं उठतात नि बसतात. एक यांत्रिक हालचाल! कसला भाव नि कसली प्रतिष्ठा! कसलं वजन नि कसलं काय! कडवट तोंडानं आत जायचं नि रडवट तोंडानं बाहेर यायचं! बाहेर पडताना "तैमूरलंग..." "कोळशाची खाण" यासारखे चोरून उच्चारलेले शब्द कान जाळतात ते निराळंच!

सायंकाळची वेळ. रस्ता माणसांनी फुलला होता. जाणाऱ्या येणाऱ्या लोकांची इतकी गर्दी होती की, दोन डोळ्यांनी सर्वांना पाहणंसुद्धा कठीण. त्यातल्या त्यात जी माणसं ठळकपणे नजरेत आली ती पाहून वाटलं, ही सारी मला मुद्दाम खिजविण्यासाठी तर पुढं आली नसतील ना?... एक पंचविशीतला तरुण आपल्या पत्नीच्या हातात हात घालून चालला होता. त्याची गुबगुबीत अंगाबांध्याची खुशाल बायको त्याला ढुशी देत चालली होती. त्यांच्या तोंडून बाहेर पडणारे लाजवट शब्द आपल्याबरोबर विपुल रंगेल हास्य आणीत होते... दुसरा पस्तिशीतला गृहस्थ आपल्या छातीशी गोरटेलं बाळ धरून हिंडाफिरायला निघाला होता. त्याच्या मागून त्याची बायको चालली होती. तिच्या अंगामुखावर सुखवस्तू जीवनाची कांती होती. त्या कांतीतूनच कितीतरी सुखदायक चित्रं माझ्या मनानं रंगवली.. हे सारं पाहून मनात विचार आला– हे सारं माझ्या नशिबातच का नाही?... हे सुख कधीच का मिळणार नाही?... पत्नीसुख... पुत्रसुख... संसारसुख?...

सुदैव फळफळलं! तीही संधी आली. मी धाडस केलं नसतं. आपणहून कुणाकडे लग्नाची गोष्ट काढली नसती. मूळचाच मी एकलकोंडा! पण एका मित्रानं आपणहूनच मध्यस्थी केली. सोयरिक आणली. मी मुलगी पाहिली. खरं म्हणजे त्या फंदात मी पडलो नसतो; पण एक अगदी आगंतुक विचार मनात डोकावून गेला... माझी आई सुंदर होती. वडील माझ्यासारखे होते; पण त्यांचं लग्न झालंच ना?... त्या दोघांत कधी तेढ निर्माण झाल्याचं मी ऐकलं नाही. लहानपणीच वडील गेले. त्यामुळे काही अनिष्ट पाहता आलं नाही; पण तसं कधी ऐकलंही नाही... खरं म्हणजे प्रेम नि रूप यांचा परस्परसंबंध काय?...

काहीही असो, मी मुलगी पाहिली आणि दुसऱ्या क्षणात पसंत केली. तसा निरोप पाठवला; पण तिनं विष खाल्लं. माझ्याशी लग्न होणार म्हणून! औषधोपचारानं ती जगली; पण माझं मन मात्र मेलं!

❖❖❖

मेल्या मनाला धुगधुगी यावी म्हणून मी सहलीला जायचं ठरवलं. शाळेची सहल निघाली होती. बाळगोपाळांच्या गर्दीनं मोटर अक्षरशः फुलून गेली होती. मुलांना पोहोचवायला मुलांच्या आया आल्या होत्या. आपल्या मुलावर नजर ठेवा असं सर्व शिक्षक–शिक्षिकांना सांगत होत्या; पण मला कुणी सांगितलं नाही. मोटरीतल्या मागच्या बाकड्यावर मी सुन्न नि निर्विकार होऊन बसलो होतो. शेजारी एकदोघांसाठी जागा होती. जोग मास्तर बसण्यासाठी धावले. तेवढ्यात जागा जाईल या एकमेव भीतीनं मिसेस पाटील या शिक्षिका एकदम धडक देऊन माझ्या शेजारी बसल्या. मी तिथं होतो हे त्यांच्या गणतीतच नव्हतं. जोग मास्तरांच्या आधी जागा पटकावली या आनंदाने त्या खळखळून हसल्या. सारं अंग घुसळून त्या हसत राहिल्या. पाटीलबाईंच्या धक्क्यानं हललेलं माझं शरीर त्यांच्या हसण्यानं खिदळत राहिलं. मनाला जाग आली. त्या धक्क्यानं आणि खिदळण्यानं अननुभूत अशा संवेदना झाल्या. मन विकारी झालं, नकळत माझं शरीर उजवीकडे झुकलं. केळीच्या दांड्यासारखा बाईचा पुष्ट नि पातळ दंड थोडा चेपला गेला.

“जरा मारून घ्या. आणखी चार सीटा बसल्या पाहिजेत.” असं मोटरवाल्यानं म्हणताच शिक्षिका नि शिक्षक चावटपणे हसले. मोटारवाला प्रत्येकाच्या दंडाला हात देत जागा करू लागला. पाटीलबाईंनी आपला डावा हात माझ्या खांद्यावर टाकला आणि जरा तिरक्या होऊन बसल्या. त्यांची उभार छाती त्यांच्या नकळत माझ्या दंडावर चेंगरली गेली आणि माझं मन...

❖❖❖

माझं मन हे असंच! नोकरीच्या चिंतेतून ते सुटलं. पोटाच्या भुकेतून मुक्त झालं; पण भुका मात्र वाढतच राहिल्या. त्या वाढतातच... आता सारखं वाटतं, नेहमी शाळेच्या सहली निघाव्यात. मोटारीत गर्दी उडावी. चेंगराचेंगरी व्हावी. डाव्या बाजूला त्या पाटीलबाई बसाव्या. उजव्या बाजूला उफाड्याच्या दीक्षितबाई बसाव्यात. खेटून बसाव्यात. रस्त्याला खाचखळगे असावेत आणि मोटरीला हिसके बसावेत...

❖❖❖

... माझा मलाच राग येतो. माझ्या मनाला माझ्या मनाचीच चीड येते. मी माणूस आहे की गुराढोरांसारखा कुणी प्राणी आहे, अशा विचारानं मन थोडं थरथरतं. असले हे भ्रष्ट विचार मनाभोवती घोंघावणं बरं नाही. सार्वजनिक जीवनात नि शाळेच्या वातावरणात असले व्यभिचारी विचार बरे नव्हेत. मी हे विचार धिक्कारले पाहिजेत. सारं कळतं. पटतंही; पण व्यर्थ. मन दडपून दडपून तरी दडपणार किती? ....ससेमिरा चालूच असतो... चालूच असणार...

❖❖❖

सारं खरं! पण मधूनमधून असंही वाटतं की, यात माझी म्हणून काही चूक आहे का? झालो तरी मी एक साधासुधा माणूसच ना! माझे शरीरधर्मही माणसाचेच ना? इतरांसारखेच! चारचौघांसारखेच! लग्न करून सुखानं संसार करू इच्छिणाऱ्या माणसाचंच ना हे शरीर? पण मला लग्नाचं सुख नाही, संसाराचा आनंद नाही. मग भुकेल्या मनानं वासनांच्या–विकारांच्या आहारी जाऊन हे असले विचार मनात रुजवले तरी त्यात चुकलं काय?... कोण जाणे!

❖❖❖

विचित्र संघर्षानं मन पोळत आहे. रात्र रात्र जागून जाते आहे. कसल्यातरी धुंदीने डोळे तारवटत आहेत. नीती–अनीतीच्या कल्पना टोचत-बोचत आहेत. तरीही दारुड्यासारखं मन झिंगतं आहे. पडतं आहे. उठतं आहे. तोल सावरतं आहे... पण एक विचार मात्र ठाम आहे–सार्वजनिक जीवन गढूळ करू नये. स्वतःच्या टीचभर भुकेसाठी कुणाला दावणीला बांधू नये. कुणी संशयानं पाहिलं तर माझा नि तिचा–जी कोणी असेल तिचा... चेहरा पडू नये.

❖❖❖

म्हणून पावलं वळवली... त्या बकाल वस्तीत पाऊल टाकताच हातापायांत पेटके चढले. मन नाराज आहे; पण इलाज नाही. दुसरा मार्ग नाही. तोंडचं पाणी सुकलं. कानशिलं धगधगून निघाली आणि पाठीच्या कण्यातून आजाराचा शीण थरथरला. किती नादान नि हलकट मी! –असा एक मरतुकडा विचार उठता उठता मेला आणि मी पाऊल पुढं टाकलं...

❖❖❖

हॉटेला-हॉटेलांतून सिनेमाचं छटेल संगीत रंगत होतं. मळकट कळकट तोंडाचे तर्र झालेले तरणेबांड उनाडपणे हिंडत होते. माझ्यांवर पाहून क्षुद्र हावभाव करीत होते. काही जण माना खाली पाडून नाइलाजानं गडबडीनं चालले होते. काहींनी अब्रूखातर भर रात्री छत्र्या उघडल्या होत्या. त्यांचे तिरके चोरटे डोळे कुणालातरी शोधत होते.

❖❖❖

रस्त्याच्या कडेला 'फॉर हायर'चे बावटे खाली पाडून टॅक्सी उभ्या होत्या. पाटलोणीच्या दोन्ही खिशांत हात टाकून ड्रायव्हर रेंगाळत होते. टांगे ताटकळले होते. घोडे दिडक्या पायावर डुलकत होते. मधूनमधून कडब्यात तोंड घुसवत होते. जगायचं म्हणून. म्हातारे टांगेवाले सराईतपणे जगाचे रंग न्याहाळीत होते. विड्या फुंकीत, धूर सोडीत खोकत होते. घसा खरवडून थुंकत होते...

थुंकीनं माखलेले ते कलेन्द्री जिने. त्यावरून कुणी लाजत घाबरत तर कुणी बेडरपणे चढत होते, उतरत होते. त्यातलाच मी एक! त्याच धुंदीत, त्याच नशेत मी चढलो आणि म्लान, क्षीण होऊन अगदी मेल्याहून मेला होऊन खाली उतरलो...

एकच प्याला वाईट तो हा असा.

उतरलेली धुंदी पुन्हा चढते. गळलेली शक्ती पुन्हा उसळते. मेलेली नजर फिरून तारवटते. विरलेला कणा पुनश्च कडक होतो. आणखीन एकदा विचारी मन बंदिवान होतं. वासनेकडे ओलीस राहतं... आणि पुन्हा एकदा... पुन्हा एकदा... पुन्हा.

❖❖❖

शाळेत जाताच थोडी ग्लानी आली. काल तिथं कुणीतरी हेडमास्तरांसारखा दिसला होता. त्याची आठवण होताच मनाला वेगळाच थकवा आला. वाटलं, आज रजा असती तर बरं होतं. मास्तरांच्या खोलीत एका धुळकट बाकावर अंग झोकून जरा आडवा होतो न होतो तोच चिठी आली हेडमास्तरांकडून ''भेटून जा!''

हेडमास्तरांचा स्वभाव करडा, त्यामुळे छातीत धडधड उठली. हे कोणतं नवीन अरिष्ट याचा विचार करता करता मन पोरकं झालं. अनेक अमंगळ विचार सुतक्यासारखे आले... खिरे मास्तर तर कुठं शिंकले नसतील ना?...

काय असेल ते असो. मी हेडमास्तरांच्या खोलीत गेलो. ओढूनताणून चेहरा शक्य तितका उमदा ठेवण्याचा प्रयत्न केला. हेडमास्तर गंभीरपणे म्हणाले, ''... माझा तर नाइलाज आहे. आपलं वर्तन अनीतीचं असल्याचं आम्हाला आढळून आलं आहे. शाळेच्या शुद्ध नि मंगल वातावरणात आपल्यासारखे (इथं त्यांना आणखी कुठला तरी शब्द घालायचा होता; पण त्यांनी जीभ आवरली तेव्हा ते अडखळले.) शिक्षक ठेवणं धोक्याचंच नव्हे, तर सामाजिकदृष्ट्या घातक आहे. या नोटिशीत मी तसा उल्लेख केलेला नाही. नोटीस मोघम आहे. पुढं कधी तुम्हाला नीती आठवलीच तर तसा उल्लेख तुम्हाला जाचक होऊ नये ही इच्छा!''

त्याच पावलांनी मी शाळेच्या पायऱ्या उतरलो. त्या पायऱ्या उतरताना तोंडचं पाणी सुकलं. कानशिलं धगधगून निघाली. हातापायांत पेटके चढले आणि पाठीच्या कण्यातून आजाराचा शीण थरथरला...

स्मृतिशेष

चालता चालता सिटी हायस्कूलची इमारत आली. गेल्या सव्वीस वर्षांत त्या इमारतीत बराच बदल झाला होता; पण तो लक्षात घेण्याचं भान राहिलं नाही.

निखिलेशच्या हृदयातली धडधड एकदम मंदावली. खूप धावल्यानंतर धाप ओसरताना काळजात मंद थाप पडावी तसं होऊ लागलं. वनोवनच्या फाटकापाशी येताच थोडं थांबावं, छाती भरून श्वास ओढावा, धाप पूर्ण दबू द्यावी आणि रुमालानं तोंड पुसून मगच फाटकात पाय टाकावा असा त्याचा विचार होता.

पण फाटकाच्या पुढ्यात येताच तो एकदम दचकला. तो दचकला हे माणिकला कळलं की काय कोण जाणे! पण फाटकाच्या कट्ट्यावरून ती एकदम खाली उतरली आणि चकित होऊन म्हणाली, "थांब, आधी सूर्य कुठं उगवलाय ते पाहू दे!"

"या तीनसांजी तुला सूर्य कुठून दिसणार?" एवढंच बोलून निखिलेश फाटकाच्या दारात थबकला. कुठल्या वेळी काय करावं हे तुला कधीच कळलेलं नाही, असंही त्याला म्हणावयाचं होतं; पण ते वाक्य त्यानं मोठ्या हिकमतीनं गिळलं.

"ये ना आत–" तिरकं फाटक लोटून तिनं वाट मोकळी केली.

अंगणात बकुळीचा सडा पडला होता. बावलेली नि ताजी फुलं एकमेकांत मिसळून पडली होती. ती फुलं अळंग तुडवीत निखिलेश सोप्यावर आला. माणिकनं मात्र तो सडा सरावानं तुडवला. ते पाहून त्याचं मन किंचित हळवं झालं. दैवगतीतला कडवटपणा त्याला सूक्ष्मसा जाणवला. याच फुलांसाठी ती वेडी व्हायची. पायदळ सुरू होण्याआधी, पहाटे उठून सारी फुलं ती परडीत वेचून घ्यायची आणि चार-चार पेडी गजरे वेणीवरून सोडायची. ही फुलं वेचायला त्यानं तिला कितीदा तरी

मदत केली होती. तिनं बांधलेले गजरे धुंद होऊन मनगटात खेळवले होते... बकुळीच्या फुलांचा मादक श्वासोच्छ्वासासारखा गंध दरवळून टाकला होता... पण आज मात्र बेकदर ती फुलं तुडवीत होती...

सोप्यावर अवघडून खोळंबताच खुराड्यातल्या पारव्यानं पाठोपाठ चमत्कारिक हुंकार केले.

"तुझं सामानसुमान कुठं आहे?"

"डाकबंगल्यात! तिथंच उतरलोय!"

"का?"

"तुझी माहेरची माणसं नागपूरला असतात... तू एकटी असतेस... तेव्हा म्हटलं..." तो हेतुपुरस्सर रेंगाळला; पण माणिकला ते वाक्य पूर्ण झालेलं हवं होतं.

"तुझं दोन वेळचं जेवण माझ्या हातनं होणार नाही असं वाटलं तुला?"

"तसं नव्हे... पण..."

माणिकसुद्धा काही बोलली नाही.

आपण डाकबंगल्यात उतरलो हे तिला आवडलं नाही हे त्याच्या लक्षात आलं. जुन्या आपुलकीचा नखभर तरी तुकडा शिल्लक आहे हे पाहून त्याला बरं वाटलं. मन कितीतरी हलकं झालं. वाऱ्यावर तरंगणाऱ्या एखाद्या पिसासारखं!

आता काहीतरी वेगळं बोलायला हवं.

"हा पिंपळ अजून होता तसाच आहे. नि त्याच्या मुळातली ही बकुळी..." त्यानं अंगणात नजर फिरवली.

"बाकी सारं होतं तसंच आहे— फक्त माणसंच तेवढी बदलली आहेत." माणिक जड नि खरखरीत आवाजात उत्तरली. आता ती काहीतरी दंश करणारं बोलेल या भीतीनं निखिलेश घाईनं म्हणाला, "आज मी असा अचानक आलो म्हणून तुला आश्चर्य वाटत असेल नाही?"

"आश्चर्य?... किती दिवसांनी भेट होते आहे!"

"दिवसांनी? ...वर्षांनी!"

"भेटगाठ तर नाहीच; पण बोटभर पत्रसुद्धा नाही. तुझी पहिली कादंबरी प्रसिद्ध झाली तेव्हा मी एक पत्र पाठवलं होतं."

"तेच अखेरचं!"

"पुढं काय लिहिणार? माझं हे असं झालं!"

"शशीचे वडील गेल्याचं कळलं तेव्हाच भेटायला येणार होतो; पण खरं सांगायचं म्हणजे धीर नाही झाला!"

या शेषसंदर्भानं मनं किसली गेली. डोळ्यातलं पाणी रिचवीत माणिक भाबडी झाली. दुःखाचा कढ दाबीत ती गप्प राहिली. तीच कशाला? निखिलेशही!

फक्त पिंपळाची पानं तेवढी हळवेपणानं सळसळली आणि खुराड्यातली कबुतरं चढाओढीनं चार क्षण घुमत राहिली. बाकी सारं शांत होतं. त्या क्षणार्धाच्या शांततेला तडा देण्याचा धीर दोघांनाही झाला नाही. तेवढ्यात गबदुलशा पावलांचा दुबदुब आवाज करीत लाडावलेला लठ्ठ कुत्रा जिन्यावरून खाली आला आणि दोघांकडे रोखून शिकवल्यासारखा भुंकत राहिला. भुंकत राहिला माणिकनं काठी भिरकावीपर्यंत!

"मेला उफराटा. शशीशिवाय कुणी नको त्याला!"

"तुमचा सुलतान मोठा सुरेख होता. तुझ्यावर केवढं प्रेम होतं त्याचं!" निखिलेशनं एक आठवण उगाळून दिली.

"नावसुद्धा लक्षात आहे तुझ्या?"

"काहीही विसरलेलो नाही."

माणिकच्या भुवया अपेक्षेनं वर गेल्या.

'वेडा झाला बिचारा-'

"कोण-?" निखिलेशची नजर विस्फारली.

"सुलतान! म्हणून भय्यानं त्याला गोळी घालून मारलं."

"बिच्चारा!" असं त्यानं चुटपुटून म्हटलं तरी तुझ्यावर प्रेम करणारा शेवटी वेडाच व्हायचा– असं त्याला म्हणायचं होतं; पण त्याला म्हणवलं नाही.

आणि तेवढ्यातच माणिक म्हणाली, "तो तर भारीच प्रेमळ होता."

"म्हणूनच वेडा झाला असावा."

त्या वाक्यानं माणिकला जखम केली आणि तीही अकस्मात. क्षणभरात ती इतकी घोटाळली की, हुंकारून हसण्याव्यतिरिक्त तिला काहीच बोलता आलं नाही. काही करता आलं नाही. होती तशीच ती जखखड उभी राहिली; पण विमनस्कपणे.

आता थोडं विषयांतर हवं होतं.

निखिलेशनं पिशवीतनं आपली नवी कादंबरी काढली – 'नामशेष.'

तिच्या हातात देत म्हणाला, "माझी नवी कादंबरी."

"नामशेष? मी परवाच वाचून काढली."

"कशी वाटली?"

"सुरेख आहे; पण पात्रं कितपत वास्तव आहेत?" हा प्रश्न दोघांनाही सुखदायक वाटला. सव्वीस वर्षांपूर्वी दोघांनीही साहित्यचर्चेत कलाकच्या कलाक घालविले होते. त्या विसर्जित काळाला पुन्हा वळसा मिळाला.

"अवास्तव वाटतात?"

"स्वतःच्या संसारात रमलेला नायक उतरत्या वयात आपल्या प्रेयसीला भेटतो आणि तिच्याशी ज्या रंगेलपणानं वागतो..."

माणिक एकदम लाजली आणि खुदकन हसत म्हणाली... "खरं म्हणजे फारच रंगेलपणानं वागतो..."

"तसं असू शकणार नाही?"

"मी काय सांगू?"

"अशी माणसं असू शकतात!"

"असतीलही!"

तिनं एक लांबसा श्वास टाकला. त्यातून कोणती भावना फेकली गेली हे निखिलेशला कळलं नाही. कळून घेण्याइतकी तत्परताही त्यानं दाखवली नाही.

माणिक क्षणभर काही बोलली नाही. तोही काही बोलला नाही.

अंगणात पडलेल्या बकुळीच्या फुलांकडे पाहत ती उंबरठ्यावर उभी होती. दाराला ओठंगून नि पाय नांगरून. तिला आता काहीतरी बोलायचं होतं; पण काय बोलावं हे सुचण्याआधीच निखिलेश आपल्याला एकटक पाहतो आहे हे तिला डोळ्यांच्या कडांतून जाणवलं.

ओठंगण्यामुळं तिच्या नितंबाच्या उभट रेषा वेरूळच्या शिल्पासारख्या कोरीव दिसत होत्या. तांबूस गोऱ्या पोटापाठीशी चोळीचा करवतकांठ तट्ट रुतला होता आणि गोरेगोरटे मांसल दंड तासलेल्या शहाळ्यासारखे दिसत होते. बगलेच्या बाजूने फिकट लाल चोळीच्या ताठर सुरकुत्या प्रभातकिरणांप्रमाणे वर्तुळाकार पांगल्या होत्या.

आणि निखिलेश भेदरट नजरेनं पाहत होता.

ते धन पाहू देण्यानं माणिक सुखावत होती. या वयातही ते धन थोड्याफार फरकानं टिकून राहिलं होतं. जो धनाचा मालक व्हायचा–पण झाला नाही–तो ते पाहत होता. दोन हातांच्या अंतरावर असूनसुद्धा निखिलेशच्या उच्छ्वासांतून निसटणारा मादक बकुळी वास ती छाती भरून घेत होती. विषयाचा उत्सर्ग जवळ करीत होती. तिची वृत्ती प्रफुल्लित होत होती...

आपण फार वेळ पाहिलं, या अपराधी जाणिवेनं निखिलेश भानावर आला. ज्या कामासाठी आलो –आणि जे अद्याप बाजूला राहिलं आहे– ते सांगून मोकळं व्हावं. नाहीतर आपण कशासाठी आलो यावर माणिक तर्कवितर्क करील, या विचारानं त्यानं मांडी बदलली. कोटाची बटणं लागली आणि बोलण्याआधी कपाळावर आलेले केस हातानं वर उडवले.

तेवढ्यात माणिक खुदकन हसली. छान हसली.

"का हसलीस?"

"केस वर उडवण्याची तुझी लकब अजून आहे तशीच आहे."

तो फक्त उसनं हसला. काही बोलला नाही. त्याला एवढंच वाटलं की, एवढ्याशा साध्या आठवणीनं हसण्यासारखं काय होतं...

"फार अबोल झाला आहेस तू!"

"फारसा बोलका मी कधीच नव्हतो."

"पण खरं सांग, तू होतास तसाच आहेस की बदलला आहेस?"

"तुला काय वाटतं?"

"होतास तसाच असावास–"

कसा होतो नि कसा आहे याचा विचार न करता त्यानं पुन्हा एकदा केस उलटे केले.

"तुला काहीतरी सांगायचं आहे!" तिचे डोळे आशेअपेक्षेनं चमकले.

"कशावरून?"

"काही अवघड सांगायचं झालं म्हणजे तू केस असे हातानं मागे उडवीत असतोस..." ती खुलास हसली.

तिला एक जुना प्रसंग आठवला. महाराजबागेत बोधिवृक्षाखाली दोघं बसली होती. निखिलेशला पहिलं चुंबन हवं होतं. त्याला ते सांगायचं होतं; पण सांगता येत नव्हतं. त्यावेळी तो केसांत बोटं सारून केस मागे लोटण्याचा सारखा चाळा

करीत होता. तिला ते समजलं होतं; पण त्याच्या तोंडून ते ऐकायचं होतं. ती म्हणाली होती, "काय सांगायचंय तुला?"

आणि तो म्हणाला होता, "कसं सांगू? चुकून आपण बोधिवृक्षाखाली बसलो आहोत–" त्या आठवणीनं तिचं मन या वयातही हादरून गेलं. ती पुन्हा एकदा खुदकन हसली. एवढ्याचसाठीच की त्यालाही तो प्रसंग आठवावा.

पण निखिलेश हसला नाही. त्याच्या न हसण्यामुळे तिचा हिरमोड झाला, हेही त्याला कळलं नाही. पुन्हा एकदा केस मागे लोटून तो म्हणाला, "मी आलो होतो मुख्यतः एका कामासाठी...!"

"ते माहीत आहेच मला. तू मला भेटण्यासाठी कसा येशील?" तिनं दंश करण्याचा प्रयत्न केला.

"तसं नव्हे; पण मुंबईहून इथं यायचं म्हणजे जरा अडचणीचं. हे एलिचपूर एका बाजूला पडतं."

ती पुन्हा हसली.

"हसलीस का?"

"कुत्र्याचं शेपूट. तू या अचलपूरला अजूनही एलिचपूर म्हणतोस?"

"ठाण मांडून बसलेल्या गोष्टी थोड्याच झटकता येतात?"

त्या वाक्यानं तिच्या मनावर फुंकर पडली. त्या वाक्यात थोडा अधिक आणि घनिष्ठ असा अर्थ दडला असावा असा तिला संशय आला.

"अचलपूरच्या साध्या काकड्याच घे. मुंबईला पडोळी दृष्टीस पडली की, लागलीच अचलपूरची आठवण होते."

"अचलपूरची आठवण फक्त काकडीमुळेच होते?" वयाला शोभेसा प्रश्न विचारता निखिलेश न राहून हसला. दोघंही हसली.

"काम असं होतं..." माणिकच्या उंचावलेल्या भुवयांकडे पाहत तो म्हणाला, "माझी मुलगी आहे लग्नाची.... शशीसाठी विचारायला आलोय..."

"केवढी आहे?" एक जिज्ञासा.

"शशीच्या जन्मानंतर माझं लग्न झालं हे तर माहीत आहे ना?" सरळ सरळ घाव बसावा म्हणून तो बोलला असावा. न पेक्षा वयाचा आकडा त्याला सरळ सांगता आला असता.

"तरी पंचवीस असेल–"

“तेवीस पूर्ण!”

“दिसते कुणासारखी?”

“आईसारखी!”

“तुझी बायको मी पाहिलेली नाही. कशी आहे दिसायला?” निखिलेश कसातरी हसला; पण काही बोलला नाही.

“नाक कुणासारखं आहे?”

हा प्रश्न थोडा अधिक खोल आहे हे त्याच्या ध्यानी आलं. स्मृतिचित्रं डोळयांपुढं उभी राहिली आणि म्हणूनच की काय कोण जाणे तो किंचित लाजून हसला.

“हसलास का?” का हे माहीत असूनही ती मुद्दाम विचारते आहे याची त्याला जाणीव झाली.

“सहजच!”

“तरी पण?...”

“नाक माझं घेतलंय तिनं!”

“तुझ्या बायकोला का नाही घेऊन आलास? तिला पहायची उत्सुकता आहे मला.”

“काय पहायचंय...” तो क्षुल्लकपणे बोलून गेला.

“फोटो असता तर मुलीच्या नि तिच्या आईच्या रूपाची तरी कल्पना आली असती.”

“आणलाय फोटो.” फोटो देत तो पुढं म्हणाला, “पाहा, पसंत आहे का? म्हणजे मग मी तिलाच इथं आणीन...”

“तिला?”

“म्हणजे मुलीला. आणखी एक –आधीच सांगतो– मोठा हुंडा देणं शक्य होणार नाही मला–”

माणिक मोकळेपणानं हसली. तेवढ्यात निखिलेश म्हणाला, “मी अजूनही गरीब आहे.” हसता हसता ती एकदम थांबली, खळकन तारा तुटावा तशी; कारण गरीब या शब्दावर त्याने दिलेला भर तिला टोचून गेला. तसं त्यानं बोलायला नको होतं असं तिला वाटलं. त्या शब्दांनी झाली गेली घटना ढवळून वर आली; पण तिला काही बोलता आलं नाही. फक्त तिनं फणकारून त्याच्या डोळयांत पाहिलं.

"मी उद्या सकाळीच निघणार आहे. पत्र धाडून कळवलंस तरी चालेल." तो तुटकपणे बोलला.

"एवढ्या घाईनं? राहत का नाहीस चार दिवस?"

"पूर्वी प्रत्येक सुट्टी मी मोठ्या आनंदानं अचलपुरात घालवली; पण आता एक क्षणसुद्धा इथं युगासारखा वाटतो. माझंच मन मला खायला उठतं. कालची रात्र जागून काढली. आजही तेच होणार..."

"डाकबंगल्यात तू एकटा म्हणून. इथं का नाहीस येत?" तिनं धीर करून प्रश्न केला; पण निखिलेश बोलला नाही.

म्हणून ती पुन्हा म्हणाली, "अं? इथं का नाहीस येत? मी एकटीच आहे!"

"म्हणूनच नाही!" त्याचा आवाज विरून गेला. माणिककडे, तिच्या डोळ्यांकडे पाहण्याचा धीर त्याला झाला नाही. तिरक्या नजरेनं त्यानं अंगणात पाहिलं. ती बकुळीची फुलं... वात जळून विझावी आणि धूर तेवढा संथ मंद तरंगावा तशा काही ओढग्रस्त स्मृती त्याच्या मनात तरंगत राहिल्या... क्षणभरच!

दुसऱ्याच क्षणात तो तडकाफडकी उठला. "बराय येतो मी!"

बुळबुळीत जागेवर सांभाळून चालावं तसा तो अंगणातून फाटकापाशी आला. सावलीप्रमाणे पाठीमागून येणाऱ्या माणिककडे त्याने पुन्हा एकदा वळून पाहिलं– बाजूला सरलेल्या आयुष्याकडेच त्यानं पुन्हा वळून पाहिलं.

"थोडा थांबला असतास तर..." अपेक्षेने ती चाचपडत बोलली.

"का–का?" त्याची छाती अशक्त होऊन धडधडली.

"मला शिवायचं नाही म्हणून–"

"का–काय म्हणालीस?" त्याचं मन तडकल्यासारखं झालं.

"मला शिवायचं नाही... माझं असं झाल्यापासून मी फुलांना शिवत नाही. शशीकडून बकुळीचा गजरा करवून तुझ्या मनगटात बांधवला असता–"

"ओऽहो! एवढंच ना?" तो हसू नये तसा हसला. फाटकाबाहेर पडला आणि फासावर गेलेल्या माणसासारखी मान पाडून वाटेला लागला.

त्याला पाठमोरा पाहत ती बराच वेळ उभी राहिली.

"किती बदललाय!" ती बोलली नाही; पण तोंडात जीभ हलली. कानाडोळ्यांतून निघणाऱ्या वाफांची धग तिला पोळू लागली.

इंद्रायणी

दोन्ही कुशींना दोन उशा टेकवून देवीदास खाटेवर बसला. झोपून झोपून पाठीचा कणा ठणकू लागला म्हणून तो बसला एवढंच; पण वाटत होतं, अजून थोडं पडावं. झोपून राहावं. झोप न आली तर नुसते डोळे मिटावे आणि पडून राहावं–कोनाड्यातल्या एखाद्या काठीसारखं!

पण डोळे मिटून पडून राहणं दिसतं तेवढंसं साधं सोपं नाही. डोळे मिटले म्हणजे वेडेवाकडे, विचित्र, अभद्र विचार अवचित गर्दी करतात... एकदाचा अखेरचा झटका येऊन ठार झालो आहे... इंद्रायणी आपल्या थंडगार पायांवर मस्तक ठेवून रडते आहे, राज कावराबावरा होऊन हुंदके देतो आहे, लोक जमले आहेत, कुजबुज, हुंदके, इशारे... यांची सरपट चालू आहे... असले हे विलक्षण चमत्कारिक विचार आले म्हणजे मोठ्याने हुंदका देऊन रडावं असं वाटू लागतं. मिटलेल्या पापण्यांतून टप टप टिपं ठिबकू लागतात. खरं म्हणजे, चोरटं का होईना, यातही थोडं सुख आहे. यातही थोडी सुटका आहे. थोडा दिलासा आहे...

पण अशा भावनावेगानं हा विकार वाढेल आणि कदाचित त्यातच अखेरचा झटका येईल, असा सक्त इशारा डॉक्टरांनी दिला होता, म्हणून ते नसतं सुख दूर सारणं भाग होतं.

म्हणूनच देवीदास उठून बसला.

काही वाचायचं नाही. विचार फारसा करायचा नाही. मनावर ताण ठेवायचा नाही. डोकं शांत आणि संथ ठेवायचं... डाव्या हाताच्या अंगठ्यानं उजव्या हाताच्या अंगठ्याचं नख त्यानं बराच वेळ खरडवलं. मग त्याही लीलेचा त्याला

कंटाळा आला. म्हणून बिछान्यावर संथपणे हाताचा तळवा फिरवीत त्यानं शुभ्र चादरीवरील प्रत्येक बारीकसारीक सुरकती नाहीशी केली. एखादी लांब चिंचोळी सुरकुती पाहून त्याच्या मनात यायचं, देहावर चादर पसरली म्हणजे मीही असाच दिसेन... छे! असला विचार येता कामा नये मनात. शहाणपणानं आवेग आवरलाच पाहिजे.

"राज, काय करतो आहेस तिथं?"

"घर बांधतोय–" राज रंगीबेरंगी ठोकळे उभे करीत होता; पण उभारणीआधीच पडझड होत होती.

"पपा, अजून कशी नाही आली आई?"

"येईल आता..." देवीदासनं केवळ सरावानं मनगट पाहिलं. त्या मनगटावर किती दिवस त्यानं घड्याळ बांधलं नव्हतं.

इंद्रायणी अद्याप आली नव्हती. त्यामुळे तो अस्वस्थ झाला होता. खरं म्हणजे पाच-दहा मिनिटंच उशीर झाला होता; पण दोन-चार तासांचा उशीर झाला असं त्याला वाटलं.

यापूर्वी कधी त्यानं बायकोला नोकरी करू दिली नव्हती. बायकांनी घरं सांभाळावी, नेटका संसार करावा, पुरुषांनी उद्योगधंदा करून पैसा आणावा आणि बायकांना सुखात ठेवावं, ही देवीदासची ठाम मतं; पण बिनपगारी रजा सुरू होताच, इंद्रायणीला बाहेर पडणं भाग पडलं होतं. कॅनवासवर कुचले फिरवणं भाग पडत होतं. छंदाला धंद्याचा साज देणं नशिबी आलं होतं.

अनाठायी आहे हे कळूनसुद्धा एकाएकी तो विचार आलाच–मिसेस रेगे ओव्हरटाइमचं निमित्त करून द्रवीडसमोर काळोख पडेपर्यंत कॉजवेवर हिंडायची. त्यामुळे ऑफिसमध्ये तिची टिंगल व्हायची. इंदाचीही अशीच टिंगल होत असेल का?... खरंच होऊ नये तो विचार अनाठायी वर आला. इंद्रायणी तशी नाही... ती मुळीच तशी नाही... त्याचं मन चुरचुरू लागलं.

२.

पण संशय घेऊ नये म्हटलं तर–

इंदानं गेल्या रविवारी थालिपीठ का केलं? चटणी एवढी तिखट का केली? मला तिखट आवडत नाही, गोडधोड आवडतं, हे काय तिला माहीत नाही?...

दहा वर्षे संसार केला आणि तरीही माझ्या आवडीनिवडी तिला माहीत नसाव्यात?... की तिनं थालिपीठ मुद्दाम केलं?... चटणी जाणूनबुजून तिखट केली?... मी गोड खायचं नाही, साखर वाढण्याचं भय आहे असं डॉक्टरांनी सांगितलं आहे हे खरं; पण मग थालिपीठच का? पोहे का नाहीत?

...आणि आधी न कळवता देवदत्त कसा दत्त म्हणून हजर झाला? – अगदी आधी आमंत्रण दिल्यासारखा! त्यानं यायचं आणि माझ्या घरी, माझ्या देखत थालिपीठ खाऊन जायचं, असं आधीच ठरलं नव्हतं कशावरून?... ठरलं असेलही, ठरलं नसावं म्हणावं तर आपल्याला थालिपीठ फार आवडतं असं मिटक्या मारीत देवदत्त का म्हणाला?– आणि चटणीही हवी तेवढी तिखट झाली असा अभिप्राय त्यानं का दिला?... हा अपघात की बोलाफुलाची गाठ?... माझ्या दैवगतीचा ही दोघंही फायदा घेताहेत? –मी असा बिछान्याला खिळलो म्हणून–

...उगीच नाही भामटा अविवाहित राहिला आहे. दिसायला देखणा, गोरागोमटा, नखरेबाज, बायकी थाटाचा! आर्ट स्कूलचा व्हाइस–प्रिन्सिपॉल, भरपूर पगार आणि पुन्हा अविवाहित! वय चाळिशीकडे आलं तरी अविवाहित– कशासाठी राहिलाय अविवाहित? उगीच नसेल...

कानशिलाकडनं मस्तकावर नव्यानं दिसू लागलेली शीर तणतण ठसठसते आहे, याची त्याला वेळीच जाणीव झाली. असं चिडून चालायचं नाही. खरं म्हणजे या परिस्थितीत डोकं थंड ठेवायला हवं, मेंदू शांत हवा. नाहीतर–

"राज, झालं की नाही तुझं घर? की अजून विटा पडतातच आहेत?" संतापकारक विचार विरघळावेत म्हणून या प्रयत्न.

पण राज उत्तरला नाही; कारण अखेरची वीट रचली जात होती. "आऽऽई आऽऽलीऽऽ!" सारा मनोरा ढळढळ खाली कोसळला.

राज इंद्रायणीला बिलगला आणि तिच्या लुगड्याच्या निऱ्यांत त्यानं आपलं तोंड लपवलं. राजच्या केसांवरून हात फिरवीत तिनं थकल्याभागल्या नजरेनं देवीदासकडे पाहिलं. ती पाहते आहे हे माहीत असूनसुद्धा चादरीवरल्या सुरकत्या नीट करण्यात तो दंग झाला.

"कुणी आलं होतं?" तोंडावर पदर फिरवीत तिनं विचारलं.

"का?– कुणी येणार होतं?"

इंद्रायणीला उत्तर द्यावंसं वाटलं नाही. शब्दानं शब्द वाढतो. देवीदासकडे रोखठोख उत्तर देऊन चिडवण्याची ही वेळ नव्हे, हे तिला माहीत होतं. दीर्घ आजारामुळे त्याच्या स्वभावात किरकिरेपणा आला आहे हेही ती जाणून होती.

"आत्याबाई आल्या होत्या!" उगीच संशयी नजरेनं तिच्याकडे पाहत देवीदास पुटपुटला.

"मग एवढ्या लवकर गेल्या?"

"तुलाच उशीर झाला ना!" उत्तराची अपेक्षा होती; पण इंद्रायणी गप्प बसली.

"तुला चिठ्ठी ठेवलीय तिनं."

"काय लिहिलंय?"

"मी कशाला वाचू?"

"वाचलीत म्हणून काय झालं?"

"पण हीच तेवढी कशाला वाचायची? –बाकीची पत्रं मी कुठं वाचतोय? आणि तू तरी कुठं म्हणतेस वाच म्हणून?"

"बाकीची म्हणजे कुठली?"

देवीदास गप्प राहिला. काही बोललाच नाही. बसून पाठ दुखायला लागली म्हणून गुडघ्यावरलं पांघरूण अंगावर ओढीत तो पुन्हा आडवा झाला. कुशीवर वळून त्यानं इंद्रायणीला न्याहाळलं.

ती चिठ्ठी वाचत होती... 'अभिषेकाचं भटजींना सांगितलं आहे. शिवाय नेहमी हिरवा चुडा भरावा, हिरवं वस्त्र नेसावं नि अंबाड्यात फूल माळावं असा त्यांचा निरोप आहे. असं केल्यानं सौभाग्य–(सौभाग्य हा शब्द खोडला होता!) घरच्या बाईला बरं असतं...'

खोडलेल्या शब्दानं इंद्रायणीच्या मस्तकात काहूर उठवलं. तिच्या कानांतून उष्ण वाफा निसटू लागल्या. डोळयांच्या कडा जळजळू लागल्या. अगतिकपणे तिनं पत्राची घडी केली आणि मेजावरल्या घड्याळाखाली ठेवून दिली.

हे पत्र मात्र तिनं घड्याळाखाली उघड्यावर ठेवलं... देवीदास स्वतःशीच मनातल्या मनात कुरबुरला.

"तू अशी गप्प का?"

"उगीच!" कातरता तिनं चटकन लपवली.

"आज तू अधिक थकली आहेस. स्कूलमधलं वातावरण ठीक आहे ना?"

त्याच्या चटकन लक्षात आलं, आपण वातावरण या शब्दावर भर द्यायला नको होता. पटकन ती मान वर करील असं त्याला वाटलं होतं; पण तसं घडलं नाही. उलट ओचा खोचून ती लगेच घरकामात गर्क झाली.

३.

मेणाच्या बैठकीवर लालबुंद कुंकवाचा टिळा दाबता दाबता इंद्रायणी म्हणाली, "आज सुट्टी आहे तर किती बरं वाटतंय! मला कधी सवय नाही नोकरी करायची. हौस म्हणून चित्रं काढणं वेगळं आणि नोकरीसाठी चित्रं काढणं अगर शिकवणं वेगळं. आठ तास दडपणाखाली काम करायचं म्हणजे–"

"–दडपण कसलं?" दडपण या शब्दात काहीतरी दडलं असावं असं त्याला वाटलं.

"दडपण नाही तर काय? अधिकाऱ्याकडनं उणं अधिक बोलून घ्यायला नको म्हणून मान मोडून काम करावं लागतं आणि न करावं तर–"

"चालायचंच. आणखी थोडे दिवस!"

देवावर कुंकू ओवाळून तिनं नमस्कार केला.

"इंदा, आज तू खरंच इतकी सुंदर दिसते आहेस– दहा वर्षांपूर्वी लग्न करून आपण एकत्र आलो तेव्हाची आठवण होते आहे."

खूप दिवसांनी इंद्रायणी मनाजोगती हसली.

"का?"

"हिरवी साडी, हिरवा चुडा, तीनपेडी वेणी–"

अंबाड्याला हात लावीत ती पुन्हा एकदा नव्या नवरीसारखी हसली.

"खरंच इंदा; पण आज काय आहे एवढं?"

"का?"

"हिरवी साडी, हिरवा चुडा, वेणी–"

"सहजच." चिठ्ठीतल्या खोडलेल्या शब्दाची तिला कडवट आठवण झाली. सहजच हा शब्द मनात घोळवीत देवीदास उताणा झाला.

कॉटच्या कडेवर बसून इंद्रायणी त्याचे पाय आकळू लागली.

"–आणि रजेच्या दिवशी तुला हे श्रम!"

तिनं फक्त मान उडवली लाडीकपणे; काही बोलली नाही.

४.

बंद दरवाजावर नाजूकशी तर्जनी टाकली.

इंद्रायणीनं दरवाजा उघडला.

"या ना–या!"

देवदत्त आत आला. म्हणाला,

"यांची प्रकृती बघायला आलोय."

देवदत्तला पाहताच देवीदासचं तोंड कडवट झालं. त्याला वाटलं, चुकलं आपलं. आधीच झोपेचं सोंग घ्यायला हवं होतं.

मोठ्या आपुलकीनं देवीदासाच्या पायावर हात ठेवून देवदत्त खाटेच्या कडेवर बसला. म्हणाला, "कशी आहे तब्येत? बरं वाटतंय ना?"

केवळ भाग आहे म्हणून देवीदास हसला. त्यानं थंड राहून बराच वेळ देवदत्तावर चेहरा न्याहाळला. जाता जाता त्याच्या मनात पुसटसा विचार आला, मी देवदत्ताच्या जागी जन्माला आलो असतो, तर किती सुखी झालो असतो. कलावंत म्हणून मिरवलं असतं. मृदुला मानेसारख्या पोरी भाळून वेड्या झाल्या असत्या.

"आता बरं वाटेल तुम्हाला. भरपूर विश्रांती घ्यायला पाहिजे." देवीदासला वाटलं, काहीतरी बोलायला पाहिजे म्हणून हा बोलतो आहे. हा खरं मला बघायला आलेलाच नाही. छातीवर भार ठेवावा तसा त्याचा श्वासोच्छ्वास होत होता. वाटत होतं, 'डावी लाथ उचलून ताडकन् मारावी नि त्याला खाटेखाली आडवा पाडावा.' विकल झालेल्या उजव्या पायाच्या नसा तणतण ताणू लागल्याची त्याला जाणीव झाली.

"चहा ठेव ना!" तो कसंबसं नको होऊन पुटपुटला. खरं म्हणजे त्या निमित्तानं त्याला इंद्रायणीच्या चेहऱ्याकडे पाहायचं होतं.

"छे–छे! मुळीच नको चहा!" ताडकन उठत देवदत्त म्हणाला, "खरं म्हणजे मी या बाजूला एका मित्राला भेटायला आलो होतो. म्हटलं जाता जाता उभ्या उभ्यानं तुम्हाला पाहून जावं."

देवीदास उसनं हसला.

मग काहीतरी बोलावं म्हणून म्हणाला, "अमेरिकन टाय?"

“छे! इटालियन. कसा आहे रंग?”

“सुंदर!” त्याची छाती अकारण धडधडली.

“हा हिरवा रंग माझ्या फार आवडीचा आहे.”

“चहा आता होईल की!” इंद्रायणी मध्येच म्हणाली.

“पण वेळच नाही. मी पुन्हा येईन. नाहीतरी पुन्हा थालिपीठ खायला यायचंच आहे. त्या दिवशीची चव अजून जिभेवर आहे.” तुड्तुड् पाय उडवीत तो बायकी ऐटीनं निघून गेला.

तो निघून गेला आणि खोलीत भयानक शांतता पसरली. थेट स्मशानासारखी!

पण देवीदास वरवर शांत दिसला, तरी त्याचा मेंदू फुटू घातलेल्या गळवागत ठसठसत होता. शरीराची नसन्नस यातनांच्या आगीत जळत होती.

मग शांत राहणं झेपेना म्हणून देवीदास खरखरीत आवाजात म्हणाला, “म्हणूनच हा हिरवा साज वाटतं?”

इंद्रायणी बोलली नाही. काय बोलायचं?

“काय बोलशील तू?” देवीदासचा आवाज गुदमरला. टकलावरल्या दोन–तीन हिरव्यागार टपोऱ्या शिरा तटतट तटतटू लागल्या. पंपानं हवा भरावी तसा श्वासोच्छ्वास होऊ लागला.

मिसेस् रेगे–द्रविड पुन्हा त्याच्या नजरेत झळकून गेले. मृदुला मानेची आठवण ठसठशीत झाली.

“... मृदुला माने आणि आता तू... जा–जा–झक मार त्याच्याशी...”

“असं काय करताय हे?” ती जवळजवळ किंचाळूनच ओरडली.

त्याला बोलायचं होतं, गरळ ओकायचं होतं; पण त्याला बोलता येईना. भयाण स्वप्नात बोबडी वळते तशी त्याची स्थिती झाली. क्षणार्धात चेहरा लालबुंद झाला. काळसर–निळसर झाक आली. मस्तकावरच्या दोन-चार नसा टचटचू लागल्या. डोळे फाटून ताठ झाले... आणि मग नाकातून श्वासाबरोबर रक्ताची पिचकारी आली.

काय होतं आहे ते कळण्याआधीच इंद्रायणी आकांतून किंचाळली.

शेजारीपाजारी धावत येतात न येतात तोच तोंडात घातलेलं पाणी ओठाच्या कडेतून घरंगळत बाहेर आलं.

त्याच्या थंडगार पावलांवर मस्तक ठेवून इंद्रायणी भकासपणे रडू लागली.

५.

गेले आठ दिवस स्मृतींना वळसे देत इंद्रायणी रडत होती. डोळे आटत होते. तरीही नवे कढ, नवे पाझर फुटत होते.

पांढरा फटफटीत चेहरा झाला होता रडून रडून. कुठंतरी कोपऱ्यात गुडघ्यावर दोन्ही कोपरं ठरवून ती तासन्तास बसायची नि हुंदक्या हुंदक्यानं सारं आठवून रडायची. ज्या चमत्कारिक परिस्थितीत हे सारं घडलं ती परिस्थिती आठवली की, तिला वाटायचं–कुठंतरी गडप व्हावं–देह पुरता छिन्नविछिन्न व्हावा.

–आणि मृदुला माने भेटायला आली तेव्हा पुन्हा एकदा साऱ्या आठवणी बुडबुड्यासारख्या वर आल्या.

–एक वेळ अशी होती की, मृदुला माने देवदत्ताच्या रूपावर भाळून वेडी झाली होती. खूळ लागल्यागत त्याच्यामागे होती. देवीदास आणि इंद्रायणी या दोघांनीही त्यावेळी त्यांची पुरेपूर टर उडविली होती. मग एकाएकी नोकरी सोडून ती स्कूलमधून निघून गेली होती. कुठं तरी बाहेरगावी. त्याही घटनेवर बरेच तर्ककुतर्क दोघांनीही चघळले होते.

त्याच मृदुलेनं देवदत्तचा विषय काढला–आणि तोही आपणहून! आता काय आणखी ऐकावं लागतं, या विचारानं इंद्रायणीचा जीव टांगता झाला.

"–आता पुन्हा नोकरी करणार आहेस?" मृदुलेनं थोडंसं चाचपडतच विचारलं.

"काय करणार?–नाही करून कसं चालेल?"

"तिथंच?"

इंद्रायणीनं एकदम चमकून पाहिलं.

"का?

–अशी का पाहतेस?"

तरीही इंद्रायणी पाहत राहिली.

"देवदत्ताच्या हाताखाली कशी काम करतेस तू?"

"का पण? त्याचं वागणं स्वच्छ असतं असा माझा अनुभव आहे!"

"फारच स्वच्छ!" मृदुलेला तुच्छतेनं हसायचं होतं; पण ही वेळ नव्हती.

"नसतं?" इंद्रायणीनं विचारलं.

"स्वच्छ न वागेल तर काय? पुरुष नाहीच मेला तो. सगळाच बायकी थाट!" इथं मात्र ती अगदी नाइलाजानं हुंकारून हसली. सारा तिरस्कार, सारी तुच्छता एका हुंकारात एकवटून!

ते ऐकून इंद्रायणीला बुडता बुडता तरंगावं तसं वाटलं. ती एकदम हलकी झाली. लाह्यांसारखं तिचं मन फुललं. जिवावर ओढवणाऱ्या दिव्यांतून सहीसलामत बाहेर पडल्यासारखं तिला वाटलं.

–आणि मृदुला गेली तरी एकच व्याकूळ विकल विचार तिच्या मनात राहून राहून लाटेसारखा फुटू लागला– हेच देवीदासच्या कानी आधी पडलं असतं तर...

...रंध्रनूरंध्र गुदमरून गेलं. यातनांची कळ अनावर झाली आणि तिचं मन आक्रोश करून रडू लागलं.

जगन

'केसरी'च्या ताज्या अंकातील पहिल्या पानावरील जाहिराती पाहत आजोबा आरामखुर्चीत पडले होते. थोड्या वेळानं आजोबा 'केसरी'च्या दुसऱ्या पानाकडे वळले की, सफाईदारपणे निसटावं असा जगनचा डाव होता. कारण केसरीच्या अग्रलेखात आजोबा शिरले की, मग त्यातून बाहेर पडायला त्यांना बराच वेळ लागत असे. अग्रलेख वाचण्यात ते इतके रंगून जात की, खुद्द आरामखुर्ची मोडून पडली असती तरी त्यांना पत्ता लागला नसता. म्हणून आजोबा अग्रलेखाकडे कधी वळतात याची वाटत पाहत जगन रेंगाळत होता. आजोबांच्या नाकासमोरून सरळ खोलीबाहेर पडणं भारीच धोक्याचं. हो, गुडघे दाबीत बैस किंवा थोडा वेळ पिके केस उपट म्हणून सांगायचे! आणि त्यातच सगळा वेळ व्यर्थ जायचा! म्हणून जगन आतल्या खोलीत रेंगाळत होता, चुळबुळ करीत होता; पण त्याची ती चुळबुळ आजोबांना जाणवलीच.

"जगन, बाळ जगन..." आजोबांनी अगदी संथ आवाजात जगनला हाक मारली. जगनचं नाव जगन्नाथ; पण आजोबा मोठ्या कौतुकानं त्याला जगन म्हणत; पण एकदा चिडले की, मात्र जग्या हे नाव झटक्यानं त्यांच्या तोंडातून निसटे आणि या नामभेदामुळे जगनलाही आजोबांच्या रागाचा किंवा थंडाईचा थांगपत्ता लागे.

"काय आजोबा?" जगन अदबीनं आजोबांच्या पुढ्यात येऊन उभा राहिला. आजोबांचा चेहरा त्याला खुशीत असल्यासारखा दिसला, म्हणून त्यानं आपल्या हालचालीत इतका आज्ञाधारकपणा ओतला की, आजोबा काही अधिकच खूश व्हावेत; पण आजोबा काही बोलले नाहीत. उलट आपण जगनला कशाला हाक

मारली याचाच ते विचार करू लागले. तेवढ्यात जगन लाडात आला आणि खालचा ओठ किंचित आवळून म्हणाला, "आजोबा, मला आठ आणे देता का हो?"

"आठ आणे?" आजोबांचं तोंड उघडं पडलं. या पोराला आठ आणे द्यायचे? आठ आणे. म्हणजे 'केसरी'चे चार अंक. चार दाढ्या आणि एक हजामत! "छट्, जग्या कार्ट्या, तुला पैसे उधळायची सवय झालीय. संध्या केलीस? चल... चल, आधी संध्येला बैस. भिक्कारडा पोर कुठला!"

जगनचा चेहरा झुडपात अडकलेल्या पतंगासारखा चुरगळला. मागल्या पावलांनी तो आतल्या खोलीत आला आणि त्यानं संध्येचं सामान घेतलं. पाट, पळीपंचपात्र, ताम्हन त्यानं आदळआपट करीत मांडलं, अंगावरला शर्ट रागारागानं भिरकावून दिला. शर्टबरोबर जानवंही गेलं तरीही पर्वा न करता तो पाटावर बसला आणि आजोबांच्या नावानं दातओठ खाऊ लागला.

एवढ्या म्हातारवयात आजोबांना जिवंत ठेवल्याबद्दल त्याने देवाला शंभर शिव्या हासडल्या. "नसती पीडा झालीय घरात. काही करू देणार नाहीत कुणाला कधी! सदान्कदा केसरीचा अंक घेऊन पहारा आणि आम्हाला मात्र कामासाठी बाहेर जायची बंदी! नुसती साडेसाती लागलीय पाठीमागं. यांना काम नाही धंदा! आणि दुसऱ्यालाही काही करू देणार नाही... आठ आणे मागितले तर संध्येची शिक्षा... हू!"

आजोबांच्या रागानं जगननं भराभर आचमनं घेतली आणि डोळ्याला पाणी लावलं. "केशवाय नमः... गोविंदा... म... म... म..." अशी गुणगुण करीत त्यानं आणखी आचमनं घेतली. पुढल्या देवादिकांचा उच्चार न करता त्यांना आचमनातच बुडवून टाकलं आणि गायत्रीमंत्र ओठावरच दडपला... संध्या लवकर आटोपलीच पाहिजे. आजोबांना काय? दिवाळी आलीय जवळ! आम्हाला 'क्रांती'चा अंक काढायचाय. दिवाळीचा खास अंक म्हणजे काय थट्टा आहे? आजोबांना काय? यांनी कधी अंक काढलाय? फक्कड कागद घ्यायचे आहेत तांबडे-निळे-हिरवे. दोन-चार रंगांची शाई. जिलेटीन कागद. चित्रांसाठी रंग आणि कापडी बाइंडिंग. थोडी का दगदग आहे? आणि या अंकासाठी आजोबांकडे आठ आणे मागितले, तर केवढी आदळआपट! आठ आणे म्हणजे काय जास्त झाले? सदू, निळू, चिंटू... सगळे सगळेजण आठ-आठ आणे आणणार. फक्त मीच नाही. मीच तेवढा हात हलवीत जाणार. माझ्याकडे आठ आणे नाहीत... पैसे नाहीत...

जगन रडकुंडीला आला. त्याच्या डोळ्यांवर पाण्याचा पडदा उभा राहिला आणि आजोबांच्या रागानं त्याची कानशिलं तापली. चू... चू! आज मोठा मिळकतदार असतो तर! –तर हस्तलिखित कशाला? चांगलं छापील मासिक काढून आजोबांच्या टाळक्यात आपटलं असतं!

–आता दिवाळी आलीय जवळ आणि 'क्रांती'चा खास दिवाळी अंक काढायचा नाही म्हणजे काय? आजोबांना हस्तलिखित मासिक म्हणजे काय थट्टा वाटली? परवा वि.स. खांडेकरांनी काय सांगितलं आमच्या शाळेत? खांडेकरसुद्धा म्हणाले की, हस्तलिखित मासिक म्हणजे वाङ्मय निर्माण करणाऱ्या शाळा आहेत म्हणून! फडक्यांची पहिली गोष्ट म्हणे हस्तलिखित मासिकातच आली होती. त्या दिवशी खांडेकरांनीच सांगितलं की, आज हस्तलिखित मासिकांत लिहिणारे लेखक उद्या फडके–खांडेकर होतील... खरंच आहे त्यांचं म्हणणं; पण असल्या भाषणाला आमचे आजोबा हजर राहतील तर ना? लेखनाची मुळी आवडच नाही त्यांना. कीर्तनाला जाऊन वेळ फुकट घालवतील; पण साहित्यिकांच्या सभेला हजर राहायचे नाहीत आणि मलाही काही लिहू देणार नाहीत. फडके–खांडेकरांना असले आजोबा होते की नाही कोण जाणे! मला मराठीच्या पेपरात पन्नासपैकी तीस मार्क मिळाले. निबंधात दहापैकी सात मिळाले. पेपरात कथा लिहायला सांगत नाहीत म्हणून, नाहीतर दहापैकी दहा मिळवले असते... मी काय फडके–खांडेकरांसारखा मोठा लेखक होऊ शकणार नाही?... का नाही? उद्या मोठा लेखक झालो मग शाळेतली पोरं सहीसाठी चोपड्या घेऊन धावतील; मग कळेल आजोबांना! तोपर्यंत जगले तर–

गालावर ओघळलेलं पाणी पुसून जगननं पुन्हा आचमनं घेतली आणि डोळ्याला पाणी लावलं. लाल झालेल्या नाकाच्या शेंड्यावरून त्यानं पालथी मूठ फिरवून सुर्रर–भुर्रर केलं आणि पुजाऱ्याप्रमाणं नुसती गुणगुण करीत तिरप्या नजरेनं त्यानं आजोबांकडे पाहिलं.

छान–छान! स्वारी अग्रलेख वाचते आहे. आता पळ काढावी हे बरं. त्यानं संध्या आवरती घेतली. पाट उचलून उभा केला. ताम्हनातलं पाणी खिडकीतून बाहेर फेकलं आणि अंगात खमीस चढवून तो बाहेरच्या खोलीत आला. घोड्यानं तोंडावर तोबरा घ्यावा त्याप्रमाणे आजोबांनी 'केसरी' अख्ख्या तोंडावर ओढला होता. ही संधी पळ काढण्यास नामी आहे हे ओळखून त्यानं आपल्या हालचालींत वेग ओतला.

छे! पण पैशाचं काय करणार? हात हलवीत जाऊ कसा? आठ आणे तर हवेतच. आठ आणे दिले नाहीत, तर माझी गोष्ट कोण घेणार? साधलं तर एक कविताही छापायची आहे. इतकंच काय; पण 'नवयुग'मधला एक चुटका कवितेसारखा तोडून किंचित काव्यही करायचा विचार आहे; पण हे साधणार कसं?... जमणार कसं? पैसे हवेत... आठ आणे! आजोबांना दीडशे रुपये पेन्शन आहे; पण वाङ्मयाच्या विकासासाठी आठ आणे काढू शकत नाहीत!

उंबरठ्यावर उभा राहून जगन विचार करीत होता. तर्जनीचं नख दातांनी कुरतडत त्यानं विचार केला. काय करावं? आठ आणे... फक्त अधेली!

तेवढ्यात शेजारच्याच खुंटीवरलं आजोबांचं उपरणं सळसळलं आणि त्याचक्षणी जगनचं लक्ष आजोबांच्या परमठ्याच्या लांब कोटाकडे गेलं. आजोबांचा हा लांब कोट उपरण्याच्या सावलीत लोंबकळत होता. जगनला समजू लागल्यापासून हा एकच कोट त्यानं आजोबांच्या अंगावर पाहिला होता. या कोटावर जगननं मनापासून प्रेम केलं होतं. चाक्यांसाठी एखादा आणा म्हणा किंवा शुक्रवारच्या चण्यांसाठी दोन दिडक्या म्हणा याच कोटानं उदारपणे जगनला दिल्या होत्या. जगननं सफाईदारपणे हात कोटाच्या खिशात घातला; पण हात आरपार बाहेर येताच त्याला आजोबांचा तिरस्कार आला. त्यानं मनातल्या मनात आजोबांना एक शेलकी शिवी हाणली. खिशाला भोकं! अगदी चिक्कू मारवाडी! पण धीर खचू न देता त्यानं दुसऱ्या खिशात हात घातला... आणि काय आश्यर्च? आठ आण्याचं एक आणि दोन आण्याचं एक अशी दोन नाणी चिमटीत अडकली– गरीला मासळी अडकावी तशी!

किनाऱ्यावरली कुरली तुरुतुरु धावत जाऊन बिळात अदृश्य व्हावी, तसा जगन आपल्या खोलीतून निसटून त्याच चाळीतल्या जगदाळे मास्तरांच्या खोलीत घुसला.

जगदाळे मास्तरांच्या खोलीत सदू, निळू, चिंतू जगनची वाट पाहत बसले होते. जगन येताच जगदाळे मास्तरांच्या अध्यक्षतेखाली सभा सुरू झाली.

प्रथम 'क्रांती'चा संपादक कोणी व्हावं यावर विचार झाला. आपलं नाव संपादक म्हणून यावं असं जगनला वाटत होतं. त्यासाठी चिंतूनं जगनचं नाव सुचवावं व त्याबद्दल त्याला दोन बटाटेवडे द्यावेत असं आधी ठरलं होतं; पण मध्येच काय झालं कोण जाणे! चिंतू उघड उघड सदूच्या बाजूस गेला. त्यानं

चिंतूला आइस्क्रीम देण्याचं कबूल केलं की काय कोण जाणे! चिंतूनं सदूचं नाव सुचविलं आणि जगनचं नाव कुणीच न सुचविल्यामुळे ते आपोआपच गळलं. जगदाळे मास्तरांनीही जगनविषयी फारशी आस्था दाखवली नाही. म्हणून जगन रडवा चेहरा करून म्हणाला, "सर, मला मराठीत ५० पैकी ३० मार्क मिळाले. सदूपेक्षा माझं मराठी अधिक बरं..." पण जगदाळे मास्तर काहीच ऐकून घेईनात. त्यांनी तडकाफडकी निर्णय दिला आणि सदू संपादक झाला. सदूची शिकवणी होती ना जगदाळे मास्तरांकडे! दुसरं काय?

चित्रं कुणी काढावीत आणि हस्ताक्षर कुणाचं असावं हेही ठरलं; पण त्यांची नावं प्रसिद्ध करायची की नाही यावर वाद माजला.

"सर, माझं अक्षर बंडूपेक्षा कितीतरी सरस आहे. म्हणून मी कुठल्या गोष्टी माझ्या हातानं लिहिल्या हे वाचकांना कळलंच पाहिजे. नाहीतर बंडू माझं अक्षर आपलंच म्हणून सांगायचा." गुंडूनं तक्रार केली आणि त्यानं तिरप्या नजरेनं बंडूकडे पाहिलं.

"सर, माझं अक्षर या गुंडूच्या अक्षरापेक्षा चांगलं आहे. किती छान वळण आहे माझ्या अक्षराला! मी तुम्हाला काढूनच दाखवतो. तुम्ही दोनचार ओळी घाला सर!" बंडूने लगेच कागद ओढला आणि मांडी मोडून पेन सरसावलं.

"होऊन जाऊ द्या सर. मीही माझं अक्षर कसं आहे ते दाखवतो. दोन ओळी सांगा." बंडूही पुढं सरसावला; पण जगदाळे मास्तर मध्ये पडले. त्यांनी आपला अंतिम निर्णय दिला आणि नावं छापायची नाहीत असं ठरलं. निर्णय देताना मास्तर मिशीवर हात फिरवीत म्हणाले, "तुम्हा पोरांना आत्तापासून प्रसिद्धीची हाव. माणसानं कसं प्रसिद्धिपराङ्मुख असावं."

एवढं झाल्यावर 'क्रांती'च्या मुखपृष्ठावर चित्र कोणतं असावं यावर खडाजंगीच उडाली. सदूला जवाहरलाल नेहरूंचं चित्र हवं होतं, तर निळू जयप्रकाशांसाठी हट्ट धरून बसला होता. चिंतू म्हणाला, 'स्टंट पिक्चरमधला भगवान बरा.' काहींनी सुरैया, नर्गीस, निम्मी यांची नावं सुचविली. शेवटी जगदाळे मास्तरांनी निर्णय दिला आणि चार वर्षांपूर्वी 'मौज'च्या खास अंकात छापून आलेलं गांधीजींचं रंगीत चित्र कापून चिकटवावं असं ठरलं.

'क्रांती'ची सभा संपता संपता आपण कुणाचं तरी घोडं मारतो आहोत अशा पद्धतीनं चिंतू म्हणाला, "सर, या खास अंकात एक संपूर्ण रहस्यकथा घेतली

तर?" पण जगदाळे मास्तरांनी अंगावर झुरळ पडल्याप्रमाणे 'हुडूत' केल्यावर तो प्रश्न तिथं मिटला आणि खास अंकाची सभा संपली.

ही सभा संपताच निरनिराळ्या चाळीतील खोल्यांत साहित्यिक चळवळ सुरू झाली. सदू गंभीर चेहरा करून चालू लागला. संपादकाची जबाबदारी पेलायची म्हणजे काय साधंसुधं काम आहे? त्यानं अनेकदा विचार केला, संपादकीय कसं लिहायचं? केवढं लांब लिहायचं?... 'क्रांती'चा हा अंक वाचकांच्या हाती देताना मला– छे– आम्हाला आनंद होत आहे...' अशी सुरुवात हवीच. मग अडचणींचा पाढा वाचायचा. कागदाची महागाई–छे–महर्गता, पैसे नव्हे–वर्गणी न देण्याची विद्यार्थ्यांची प्रवृत्ती वगैरे. आणि मग यातूनही मार्ग काढून अखेर 'क्रांती'चा अंक तयार झाल्याबद्दल दयाघन परमेश्वराचे आभार. त्यानंतर 'क्षमस्व' या शीर्षकाखाली उशिरा हाती आलेलं साहित्य या अंकात घेता न आल्याबद्दल लेखक–वाचकांची क्षमा मागायची. कुठं जागा उरलीच तर पुढील अंकाची जाहिरात करायची... "पुढील अंकात काय वाचाल? हृदयाला चटका लावणारी नेत्रदीपक कथा. लेखक–?" अशा प्रकारची. एवढं ठरवून सदूनं ढोबळपणे संपादकीय कामकाजाची कल्पना आखली.

गंपूनं आपण चित्रकार असल्याची बरीच जाहिरात केली होती. त्या जाहिरातीवर विश्वास ठेवून त्याची 'क्रांती'चा चित्रकार म्हणून नेमणूक करण्यात आली होती. तेव्हा या क्षेत्रात आपला अगदीच बोजवारा उडू नये म्हणून सिनेमाच्या जाहिरातीतील चित्रांवर पातळ कागद ठेवून त्यानं चित्रं गिरविण्याचा सपाटा लावला.

जगनला मात्र संपादक म्हणून नाही तरी लेखक म्हणून पुढं यायचं होतं. गॅलरीच्या कठड्यावर कोपर टेकून जगन आपले गाल चोळीत उभा राहिला. तासन्तास उभा राहिला. आकाशाकडे टक लावून स्फूर्तीची वाट पाहिली. लेखनासाठी स्फूर्ती यावी लागते. कवी म्हणे आकाशाकडे टक लावून बसतात; पण बराच वेळ तसा उभा राहूनही जगनला स्फूर्ती आली नाही. त्यामुळे तो हताश झाला. स्फूर्ती कशी येत नाही? आणि स्फूर्ती आली नाही तर गोष्ट तरी कशी लिहायची?

जगननं आपलं मराठीचं पुस्तक उघडलं आणि त्यातील 'स्फूर्ती' ही कविता वाचून पाहिली. ही कविता वाचून कदाचित स्फूर्ती येईल म्हणून त्यानं ती कविता पुन्हा पुन्हा वाचली– "काठोकाठ भरू द्या पेला, फेस भराभर उसळू द्या, प्राशन

करता रंग जगाचे क्षणोक्षणी ते बदलू द्या" –हट्! स्फूर्तीचा पत्ता नाही. छे! आता करायचं तरी काय? स्फूर्ती नाही म्हणजे कथा नाही. कथा नाही म्हणजे मासिकात नाव नाही. माझ्या नावाशिवाय 'क्रांती?' छे छे...

खरंच, विसरलोच की! स्फूर्ती येण्यासाठी म्हणे सिगारेट ओढावी लागते. अनेक लेखक म्हणे लिहिण्यापूर्वी सिगारेट ओढतात. डाव्या हातात सिगारेट आणि उजव्या हातात पेन...

आजोबांचं फडताळ जगननं मोठ्या रुबाबात उघडलं. कारण घरची सारी माणसं बाहेर गेली होती. सारं घर आपल्याच हातात आलेलं पाहून जगनला समाधान वाटलं. कथा लिहायला अशीच शांतता हवी. आजोबांचं फडताळ त्यानं धुंडाळून पाहिलं; पण सिगारेटीचा पत्ता नव्हता. मात्र एका सिगारेटीच्या डब्यात पाचदहा विड्या होत्या. विडी ओढून पाहावी का? पण विडीनं सिगारेटसारखी स्फूर्ती कशी येईल? का नाही येणार? मामा वरेरकर म्हणे विड्याच ओढतात. जगदाळे मास्तरच एकदा सांगत होते वर्गात...

शेवटी एक विडी उचलून जगननं ऐटीत शिलगावली आणि दम धरून जोरानं झुरका मारला. पहिल्या झुरक्यातच त्याला असा जोराचा ठसका बसला की, विडी ताबडतोब बाहेर फेकून तो पलंगावर आडवा झाला.

क्षण... दोन क्षण...

सगळं घर वाटोळं फिरू लागलं. अंग गळून पडू लागलं. डोळ्यांसमोर नाना रंग तरळू लागले आणि अर्धवट शुद्धीत असलेल्या जगनला वाटलं, हीच तर स्फूर्ती नव्हे ना? हो, हीच स्फूर्ती असावी... 'प्राशन करता रंग जगाचे क्षणोक्षणी ते बदलू द्या...' खात्रीनं हीच स्फूर्ती असावी. बस्स! आता उठून कथा लिहिण्यास सुरुवात करावी...

जगन उठू लागला; पण त्याला उठता येईना. अंगातून दरदरून घाम सुटू लागला. अंग गळू लागलं. पापण्या ओढू लागल्या. डोळे जड झाले; पण झोप येईना. म्हणून चेतनाहीन होऊन जगन तसाच निपचित पडून राहिला.

या स्फूर्तियज्ञात जगन जागा झाला–बरा झाला, तेव्हा बराच काळोख पडला होता. आता काहीतरी लिहिलंच पाहिजे. उद्या सोमवार. उद्यापासून पुन्हा शाळेचं रहाटगाडगं. मग कथा कधी लिहायची? बरं उशिरा कथा द्यावी तर तो कार्टा सदू मुद्दाम घेणार नाही. जगदाळे मास्तरांच्या वशिल्यानं संपादक झालाय! नाहीतर

अक्कल कुठं आहे बेट्याला? आणि मी उशिरा कथा दिली तर मुद्दाम छापणार नाही लेकाचा! मी काही असा तसा नाही, पाच मिनिटांत कथा तयार करतो.

हा हा म्हणता जगननं भावाचं पुस्तकांचं कपाट धुंडाळलं आणि एक झक्कशी कथा तयार केली. कथा तयार होताच आपण 'किंचित कवी'ही व्हावं असं त्याला वाटलं आणि त्यानं एक 'किंचित–काव्य' लिहून काढलं–

"मी डेपोटी इन्स्पेक्टर
असतो तर–
हस्तलिखित मासिकाच्या
विकासासाठी–
दिवाळीच्या आधी
चार महिने
शाळा बंद ठेवली असती."

एवढं साहित्य जगननं 'क्रांती'च्या कचेरीत म्हणजे सदूच्या घरी नेऊन टाकलं आणि निर्धास्तपणे आपल्या कथा–काव्याच्या गुणांची मुबलक जाहिरात करू लागला.

इकडे सदूच्या खोलीत धमाल सुरू झाली. त्या गडबडीत आकाशदिवाही राहिला. त्याच्या खोलीत चार–चार, पाच–पाच मुलं रात्र रात्र जागू लागली. सदूच्या आईनंही या कार्याला हातभार लावला. ती जागणाऱ्या मुलांना मसाल्याची कॉफी देऊ लागली. त्यामुळे पुढं जागणाऱ्यांचीही संख्या वाढली. माना वाकवून आणि कंबर मोडून लेखनाचं काम चालू होतं; पण या वर्षीचा 'क्रांती'चा दिवाळी अंक काही केल्या गेल्या वर्षीसारखा निघणार नाही, असा जगनचा प्रचार वर्गमित्रांमध्ये चालू होता. कारण गेल्या वर्षी 'क्रांती'चा संपादक जगन होता.

अखेर दिवाळीची सुट्टी संपल्यानंतर 'क्रांती'चा खास दिवाळी अंक तयार झाला. सोनेरी कागदात गुंडाळून मिठाईच्या पुडीसारखा तो अंक सदूनं शाळेत आणला. अंकाला हात लावण्यासाठी पोरं झोंबू लागली; पण सदूनं कुणाला हात लावू दिला नाही. कारण त्यामुळे त्याचा भाव कमी होणार होता. शिवाय बाइंडिंगही ओलंच होतं.

सदू वर्गात थोड्या उशिराच आला. एवढ्यासाठीच की मुलांनी (आणि विशेषतः मुलींनी) 'संपादक' सदूकडे थोड्या निराळ्या दृष्टीनं पाहावं. संपादकाचं

गांभीर्य तोंडावर ठेवून तो वर्गात आला आणि त्यानं 'क्रांती'चा खास अंक अदबीनं वाकून जगदाळे मास्तरांच्या हाती दिला–अगदी मानपत्र अर्पण करतात त्याप्रमाणे! पोरांनी खाड्खाड् पाय आपटून व बाकावर हात झोडून आपला आनंद व्यक्त केला. सदूची छाती चार आंगुळं पुढं आली. शर्टाची कॉलर त्यानं ताठ केली आणि चेहरा विनयपूर्वक गंभीर ठेवला.

जगदाळे मास्तरांनी 'क्रांती'वरील गुलाबी फीत कापून उद्घाटन करताच पोरांनी पुन्हा एकदा टाळ्या वाजवल्या.

नंतर जगदाळे मास्तरांनी अंक वरवर चाळला आणि पाच मिनिटं भाषण करून सदूचा गौरव केला.

सदूचा गौरव जगनला सहन झाला नाही. तो पुढच्या बाकावरच बसला होता; पण त्याच्याकडे कुणी पाहतसुद्धा नव्हतं. सगळे सदूकडे पाहत होते. सदू–सदू–सदू! कसली लेकाची अक्कल– आणि कसला फडतूस संपादक. नुसती उसनी मिजास! आणि वर जगदाळे मास्तरांचा पक्षपातीपणा–

जगनला वाटलं, आपण वर्गात आलो नसतो तर बरं झालं असतं; पण जगन वर्गात आला होता. आपलंही कौतुक होईल म्हणून. आपल्या गोष्टीचं आणि किंचित–काव्याचं कौतुक होईल असं त्याला वाटत होतं. जगदाळे मास्तरांनी मासिकात देण्यापूर्वी सर्व साहित्य पाहिलं होतं आणि म्हणून मनमोकळेपणानं ते आपलं कौतुक करतील अशी जगनला आशा होती.

तो कल्पना करीत होता, मास्तर आपल्या नावाचा उल्लेख करतील. जगनची कथा आणि किंचित काव्य–कथा उत्कृष्ट आहे म्हणतील. जगनची कथा नुसती उत्कृष्टच नव्हे, तर खांडेकरांच्या तोडीची आहे, किंचित–काव्यात तर रेगेबुवाही हरतील, असं मास्तर म्हणतील. जगन पुढं खात्रीनं मोठा साहित्यिक होईल असं भविष्य वर्तवतील अशी त्याला उमेद होती. मग हा कोण लेखक म्हणून मुली आपल्याकडे पाहू लागतील– इतकंच काय, काहीजण सहीसाठी चोपड्याही पुढं करतील. जगनच्या डोळ्यांपुढून काही सुंदर चित्रं तरळली.

पण व्यर्थ!

खांडेकरांच्या तोडीची गोष्ट देऊनसुद्धा मास्तरांनी जगनच्या नावाचा उल्लेख केला नाही. उत्कृष्ट किंचित–काव्य लिहून दिलं; पण किंचित–काव्याच्या क्षितिजावर नवा तारा उदयास आला असा गौरव जगदाळे मास्तरांनी केला नाही. उलट

सदूचं मात्र चारदा नाव घेऊन त्याचा गौरव केला. एवढं मोठं सदूनं काय केलं? त्याची गोष्टसुद्धा माझ्या गोष्टीइतकी चांगली असणं शक्य नाही. तरीही त्याचाच गौरव! सर्व मुलांनी त्याच्याकडे पाहिलं. मुलींनी पाहिलं. त्याच्याकडे पाहत त्या काहीतरी बोलतसुद्धा होत्या. ही तर त्यांची खोडच. हे मास्तर असे पक्षपाती. सदूची शिकवणी आहे म्हणून सदूची स्तुती करतात–

...ठीक आहे. सद्या, हे जास्त दिवस चालू देणार नाही. पाहून घेईन. तुला रडवला नाही तर नावाचा जग्या नाही...

–आणि एके दिवशी सदू रडत रडत 'क्रांती' घेऊन जगदाळे मास्तरांच्या खोलीत आला.

"काय झालं रे सदू?" जगदाळे मास्तरांनी विचारलं.

तेव्हा सदू पुन्हा एकदा स्फुंदून रडला आणि म्हणाला : "सर, मासिकाची पानं फाडली. माझ्या गोष्टीची पानं फाडली..."

"कुणी? कुणी फाडली?" मास्तरांना आश्चर्य वाटलं.

"जगननं– त्या जग्यानंच फाडली पानं."

"पण का बरं? तुझ्याच गोष्टीची का पानं फाडली?"

"जगननं लिहिलेली गोष्ट जगनची नसून ती त्यानं खांडेकरांची चोरून आणली आहे असं मी सांगितलं म्हणून. सर, खरंच ती गोष्ट खांडेकरांची आहे. भाई म्हणाला तसं." सदू हुशारीनं म्हणाला.

मास्तरांनी जगनला बोलावून आणलं आणि म्हटलं, "जगन, तू फाडलीस ही पानं?"

"नाही सर, खोटं बोलतोय हा सद्या–"

जगन बोलता बोलता मध्येच अडवून मास्तर म्हणाले, "जग्या, खोटं बोलू नकोस. मग कुणी फाडली?"

"मी नाही फाडली सर. लोकांना याची गोष्ट आवडली नसेल म्हणून लोकांनी आपणहूनच पानं फाडून टाकली असतील." जगन सराईतपणे बोलला.

सदू एकदम उलटून म्हणाला, "नाही सर, जग्यानंच फाडली माझ्या गोष्टीची पानं. याचं गुपित मी बाहेर फोडलं म्हणून. खांडेकरांची गोष्ट चोरून आणलीय या जग्यानं!"

"मी खांडेकरांची गोष्ट आणली ऑ? आणि तू काय मोठी स्वतः गोष्ट लिहिलीस? सर, दादा म्हणत होता की, सदूनं फडकेंची गोष्ट चोरली आहे म्हणून."

सदूच्या वर्मी घाव पडल्यामुळे सदू थोडा थंड पडला; पण त्यानं चोरीचा आरोप कबूल केला नाही.

"जगन, तू खांडेकरांची गोष्ट चोरलीस?" मास्तरांनी विचारलं, जगनची दृष्टी जमिनीवर पडली.

"आणि सदू, तू फडकेंची गोष्ट चोरलीस?" मास्तरांनी सदूला विचारलं. सदू काही बोलला नाही; पण सदूच्या जखमेवर मीठ चोळल्याशिवाय जगनला शांत बसवणं शक्य नव्हतं. तो मध्येच म्हणाला. "होय–होय सर, फडकेंचीच गोष्ट चोरली या सद्यानं." असं म्हणत त्यानं फाडलेल्या पानांचा चोळामोळा खिशातून बाहेर काढला आणि मास्तरांच्या पुढ्यात पुरावा आपटून म्हटलं, "तुम्हीच पाहा प्रत्यक्ष!"

कळ्या आणि पाकळ्या

Mrs. Pushpa Shrinivas Parkar

Pu- shpa Sh-rinivas Pa-rkar

Pu-Sh-Pa Pushpa - पुष्पा!

याचार ओळी लिहून लिहून पुष्पानं वहीचा एक संपूर्ण कागद खर्ची घातला. वर्गातल्या कुंदा मोहितेनं ही गंमत सांगितल्यापासून दैवी चमत्कार पाहिल्यावर भाविक मन भरून यावं, तसं पुष्पाचं मन काठोकाठ भरून आलं होतं... पण या मेलीला कसं कळलं, माझं त्याच्यावर प्रेम आहे ते?... प्रेम... प्रेम... आतून उमलून येणारं हसू तिच्या इवल्याशा लवचीक ओठांत मावेनासं झालं.

त्या नादातच तिनं एक लकेर घेत गरकन फिरकी घेतली आणि ती ऐशआरामात खुर्चीत लवंडली. खरं म्हणजे, या क्षणी त्या खुर्चीत बसायलाच हवं होतं. नांगरून ठेवलेल्या त्या होडीसारखी डोलणारी ती खुर्ची पुष्पाला मनापासून आवडायची; कारण त्या खुर्चीत बैठक मारली आणि झोका घेतला की, ती आपोआपच स्वप्नाळू व्हायची. तन्मय होऊन स्वप्नं पहायची...

फार जुनी खुर्ची आहे. आता त्या खुर्चीत फारसं कुणी बसत नाही. आईला मात्र ती खुर्ची फार आवडायची. तीही अशीच! भारी स्वप्नाळू! साहेबांशी थट्टाविनोद करताना अवखळपणे हसायची तिला सवय. हसता हसता ती स्वतःला त्या खुर्चीत अलगद झोकून द्यायची आणि मग हिंदोळ्यावर बसल्यागत डोलत राहायची. पुढे–मागे! तिच्या चेष्टेनं साहेब कधीकधी लटके चिडत आणि मग तिला हाताला धरून खुर्चीतून ओढून काढीत.

"खुर्चीत तू बसत जाऊ नकोस. या खुर्चीत तू हिंदकळत राहिलीस म्हणजे अधिक अवखळ होतेस!"

साहेबांचे ते उद्गार तिला नेहमी आठवत. आई गेल्यापासून साहेबांनी त्या खुर्चीवर बसायचं सोडून दिलं. आईला ती खुर्ची आवडायची हे कळल्यापासून माईनंही ती खुर्ची सोडली; पण पुष्पा मात्र आवडीनं त्या खुर्चीवर बसायची. त्या खुर्चीवर तिचं प्रेम होतं. त्या खुर्चीला मन आहे... भावना आहेत, असं तिला वाटायचं... आणि म्हणूनच त्या खुर्चीत बसून आईसारखी ती हिंदकळत राहायची.

ती त्या खुर्चीत बसली, मागे रेलली आणि वेणी मागे उडवताना मानेला हिसका द्यावा तसा एक हिसका देऊन तिनं खुर्चीला झोका दिला. डोलता डोलता तिला आईची आठवण झाली. साहेब कचेरीत जायला निघाले की, कपाटाच्या आरशासमोर दोन्ही हात फाकून कवायतीला उभे राहिल्यासारखे ते उभे राहायचे. अळूवडीच्या रंगाचा लांबोडा चिरूट तोंडात धरून. मग आई आपल्या आवडीचा कोट काढून त्यांच्या अंगावर चढवायची आणि मानेकडे बोट सारून कॉलर नीटनेटकी करायची. त्यावेळी कधीकधी ती त्यांच्या मानेला चिमटासुद्धा घ्यायची. मग कोटाचं बटण लावायला ती समोरून आली म्हणजे चिरुटाचा कोंडून धरलेला धूर ते भपकारून तिच्या तोंडावर फेकायचे. मुद्दामच! तिला तो वास आवडत नसे म्हणून! आणि मग उसन्या रागानं काहीतरी पुटपुटत ती नाकावर पदर ओढून घ्यायची...

ते सारं पुष्पा नेहमी दुरून पहायची. ते पाहणं तिला आवडायचं. का कोण जाणे! का पाहते, का आवडतं, ते तिला कळत नसे; पण आवडायचं एवढं निश्चित. बरं वाटायचं...

शाळा सुटली की घरी यावं, त्या खुर्चीत रेलावं आणि आपल्या ढंगदार स्वप्नांत अगदी मनमुराद रंगावं हा छंदच पुष्पाला जडला होता.

खुर्चीच्या हातावर कोपर टेकून तिनं हनुवटीला मूठ टेकली. डोलता डोलता मानही डुलवली आणि काचेच्या बरणीतल्या दिखाऊ मासोळीसारखे चमचम डोळे नाचवले. बराच वेळ ती तशीच बसली– कल्पनेच्या तरंगांत हेलावत– डुंबत!... तिला नवल वाटलं, पुष्पा या नावात श्रीनिवास पारकर सामावला आहे याचं... आणि पुन्हा त्या कुंदा मोहितेनं कसं नेमकं हेरलं? पुष्पा पुनःपुन्हा नजरेनंच ती अक्षरं गिरवू लागली... P - U - S - H - P - A

आणि मग खूपशा वेळानं तिला जाणीव झाली... आपल्या ओठांवर घामाचे थेंब दवबिंदूसारखे जमले आहेत म्हणून! स्कर्टच्या टोकानं तिनं घाम पुसला– न विसरता मांड्या चिकटवून घेत. ओठांवर घाम साठलेला तिला आवडत नसे. उद्या कॉलेजात गेल्यावर (श्रीनिवासला आवडली तर–) कदाचित लिपस्टिक लावावी लागेल आणि मग ओठांवरचा घाम पुसता पुसता रंग मात्र पुसून जायचा...

"आज भांडीवाली येईन म्हणाली होती. कुठं मेली कोण जाणे!" माई खोलीत आली आणि तशीच किरकिरत गेली.

तिला पाहताच पुष्पाच्या मनात एक विचार अगदी आकस्मिक आला. आला आणि घारीसारखा गरगर घिरट्या घालू लागला... या माईचं लग्न होऊन आता चार–पाच वर्षे लोटली; पण तिला मूलबाळ का नाही?... समोरच्या त्या दिघ्यांचं लग्न होऊन तीनच वर्षे झाली. तेवढ्यात त्यांना दोन मुलं झाली... दोन्ही मुली!

... एक तरी मुलगा व्हायला हवा होता... होईल! पण माईला अजून काहीच कसं नाही? व्हायला हवा.. चांगला गोरापान गुटगुटीत मुलगा... साहेबांसारखा... माझ्यासारखा दिसणारा... मग शाळेतनं आल्यावर माझा वेळ जाईल... माईचाही!...

म्हणूनच का साहेब गंभीर झाले असतील?... आई होती तेव्हा ते किती आनंदी नि खेळकर असायचे... मला खेळणी आणायचे... चॉकलेट आणायचे... आईला वेणी... मासिकं... त्यांचे हात नुसते भरलेले असायचे घरी येताना!... रात्री पडल्या पडल्या आई त्यांना मासिकांतल्या गोष्टी वाचून दाखवायची आणि साहेब चिरूट ओढत ऐकत पडायचे... त्यांनी सारं बंद केलं... ते एकदम बदलले, बदलू नयेत तसं! माई आली नि सारं गेलं! माईला वाचनाचं काही नाही –वाचते तेवढी फक्त ज्ञानेश्वरीच– आणि तीही तोंडातल्या तोंडातच! –अगदीच रुक्ष! दिसायला आहे तशीच!

तिच्या ओठांवर अगदी मिसरूडच असावेत तसे काळेभोर केस... थोडे तुरळक आहेत एवढंच! आणि हनुवटीवर काळेभोर तीळ.... त्यावर ते तीनचार लांब केस–ओल्या चहाच्या पातीसारखे! आणि पुन्हा मिशीवर तिला घाम यायचा. तो पुसण्याची ती कधीच तसदी घेत नसे. त्यामुळे दूर्वांवर पाऊस पडून गेल्यासारखं वाटायचं. साहेब एवढे दिसायला सुंदर... त्यांनी हिला कशी पसंत केली कोण जाणे!

पुष्पा गॅलरीत येऊन उभी राहताच समोरच्या कौलारू छपरावर कबुतरं फडफड करीत इकडेतिकडे नाचली. एका पारव्यानं तर अगदी निर्लज्जपणे चोचीत चोच खुपसली–मोठ्या मिजाशीत! माना उडवीत एकमेकांच्या माना टोचल्या... पुष्पा पाहत राहिली. ती पाहते आहे हे तिच्या प्रथम लक्षातसुद्धा आलं नाही. ती पाहत राहिली.

"कुणाला पाहतेस गं?"

माईचा खरखरीत आवाज कानी पडताच पुष्पा ओशाळून मागे फिरली.

"छे! कुठं काय?" कबुतरांना पाहिलं तर हिचं काय जातं?

"नाही म्हटलं, भांडीवाली दिसली तर हाक मार–" पुष्पाला माईचा राग आला. हिचं उठल्यासुटल्या आपल्या भांडीवालीचं खूळ! कधी म्हणून संपायचं नाही!

तिला वाटलं, भांडीवालीची वाट पाहण्यापेक्षा बाहेर पडावं हे बरं! व्यायामशाळेवरनं लायब्ररीत जाऊन मासिक बदलून आणावं. म्हणजे कदाचित रस्त्यात श्रीनिवास भेटेल.

... श्रीनिवास पारकर... मोठा हुशार नि छकडा पोरगा. गोड नि नीटनेटका... शाळेतल्या पोरींशी फारसा कधी बोलणार नाही आणि खरं तेच बरं! नाही तरी पोरींना पुढे पुढे करायची भारीच खोड! ...मेली कुंदा मोहिते तर मरते नुसती... पण श्री बोलायचा नाही... न बोलेना... पाहता तर येईल!...

पुष्पानं स्कर्ट बदलून पाचवारी पातळ अंगावर ओढलं. तिला स्कर्टचा तर आता कंटाळाच आला होता. खूप वर्षे स्कर्ट घातले. स्कर्टमुळे पायाच्या गोऱ्या पोटऱ्यांना दृष्ट लागते आणि छातीवर पदर घेता येत नाही. लहानपणची गोष्ट निराळी! आता काही ती लहान नव्हती. किती दिवस स्कर्ट घालायचे? आता मुलीसुद्धा म्हणायला लागल्या, तुला पाचवारी चांगलं दिसेल म्हणून! –म्हणूनच पुष्पा पाचवारी नेसली. लफ्फेदार पदर काढला. फुलदाणीतल्या गुच्छांतलं एक गुलाबाचं फुल वेणीत खोवलं आणि मासिक घेऊन ती खाली उतरली.

आजूबाजूला वळून स्वतःलाच पाहत ती व्यायामशाळेवरनं लायब्ररीकडे निघाली. कोपऱ्यावर चार–सहा पोरांचं टोळकं गप्पा थांबवून तिच्याकडे पाहत आहे हे तिला डोळ्यांच्या कडांतून जाणवलं. त्यात श्रीनिवास आहे की काय हे पाहण्यासाठी तिनं झटकन त्या घोळक्यावर नजर फिरवून घेतली. त्यात तो नव्हता आणि असता तरी त्यानं वळून पाहिलंही नसतं!

लायब्ररीत येताच सारे डोळे एकदम आपल्या पातळाला चिकटले आहेत, असा तिला भास झाला आणि ती म्हणता म्हणता अचानक भांबावून गेली. वाचायला बसलेल्या मंडळींकडे वळून पाहण्याचं धाडससुद्धा तिला झालं नाही. वळून बघता बघता कुणी पाहिलं तर? नजरानजर झाली तर?... धांदरट विचारानं ती गडबडून गेली.... शीः! आपण बराच वेळ ओठांवरचा घाम पुसला नाही याची तिला जाणीव झाली आणि रुमालाची बंद घडी तिनं झटपट ओठांवरनं फिरवली.

श्रीनिवाससुद्धा कुठंतरी कोपऱ्यात वाचत बसलेला असेल. तो इथंच येतो वाचायला; पण नसेलही इथं यावेळी! व्यायामाला गेला असेल... मोठा वक्तशीर बेटा... साहेबांना आवडेल... खूप आवडेल...

"बदलायचंय मासिक?"

"हं! दुसरं द्या एखादं!" ती मेजावरली मासिकं चाळू लागली.

"हे आणलंत त्यातली 'बिंदू' ही कथा वाचली की नाही?"

कारकुनाच्या त्या प्रश्नानं पुष्पा एकदम अचानक हसली आणि मग विलक्षण चपापली नि लाजली. कुंदा मोहितेनं सांगितलं म्हणून तीच गोष्ट वाचण्यासाठी तिनं ते मासिक नेलं होतं... या चकण्याला ते कसं कळलं?... हलकट आहे मेला!

"आ? कशी वाटली कथा?" तो उगाच डोळे मिचकावीत हसला आणि न होऊन पुष्पाही हसली. एकदम हसली आणि मग आपण या चकण्याशी असं हसता नये होतं याची जाणीव होताच ती कपाळाला आठ्या घालीत गंभीर झाली आणि काय करावं ते न सुचल्यामुळे उगाच मासिकं उलटीपालटी करू लागली.

'बिंदू' या कथेतल्या नायकाला नायिकेच्या ओठांवर अडखळून राहिलेले घर्मबिंदू चाटून घ्यावेसे वाटतात... शीः! काहीतरीच मेले लिहितात... असं वाटेल तरी कधी कुणाला?... घाम चाटायचा?... ओठांवरचा झाला म्हणून काय झालं?...शीः!

दुसरं मासिक घेऊन बाहेर पडता पडता तिला वाटलं, आपण त्या कारकुनाशी हसलो ते कुणी पाहिलं तर नसेल ना?... हसले सहजच आणि अचानक!... 'बिंदू' कथेतल्या नायकाची आठवण होऊन... पण मेले बघणारे भलतेसलते अर्थ घ्यायचे! ...दुडदुडत्या पावलांनी जिने उतरून खाली येताच तिला बरं वाटलं.

ती पुन्हा व्यायामशाळेवरनं गेली. जाता जाता तिनं आत पाहिलं; पण श्रीनिवास कुठं दिसला नाही. आत दंडबैठका काढीत असेल... उघडाबंब... मिसरुडावर घामाचे थेंब जमले असतील... ती एकदम शहारल्यासारखी झाली! तिनं आपल्या ओठांवरनं दोन बोटं ओढून घेतली आणि समोरच्या चिंचोळ्या दारातून एकदम एक पोरगा बाहेर पडला– हातातल्या टॉवेलानं ओठावरचा घाम पुशीत... श्रीनिवास असावा...

तो श्रीनिवास असावा एवढाच तिला भास झाला; पण तोच होता ही खात्री नव्हती. त्यानं ओठावरनं टॉवेलची घडी ओढली एवढं तिला निश्चित दिसलं; पण त्यामुळेच चेहरा हुकला आणि हुरहुर वाटली; पण वळून पाहण्याचा धीर झाला नाही. उलट छातीत धडधड उठली. पावलाला पाऊल आपटायला लागलं आणि निष्कारण घसा खाकरावासं वाटू लागलं. फक्त चालता चालता खांद्यापर्यंत हनुवटी वळवून तिनं तिरकस नजरेनं तो मागून येतो आहे की काय ते हेरण्याचा प्रयत्न केला; पण तो येत नव्हता... येणारच नाही... आहेच तसा तऱ्हेवाईक... असू दे!... चालेल मला!... पण मी ओठावरनं बोटं फिरविली ते पाहून त्यानं आपल्या ओठांवर टॉवेल ओढला नसेल ना? त्या मादक विचारानं ती बराच वेळ गुंगून गेली. इतकी की घरचा रस्ता सोडून ती चौपाटीच्या दिशेनं आली आहे तिच्या लक्षातसुद्धा आलं नाही.

बसल्या बसल्या गुदगुल्या केल्याप्रमाणे गडगडा लोळणाऱ्या लाटा पाहून तिच्या अंगावर काटा उभा राहिला. जणू तिच्याच मांसल कुशीत बोटं खुपसून तिलाच कुणीतरी गुदगुल्या करीत होतं... त्या काट्यांचं सुख तसंच अंगावर साठवून तिनं वाळूवर अलगद हात फिरविला आणि एका काडीनं अक्षरं कोरली.

(Mrs. PU-shpa SH-rinivas PA-rkar PU-SH-PA

पण कुणीतरी एकदम जवळून जाताच झटक्यानं वाळूवरनं हात फिरवला. आणि "लाटेनं धुऊन निघालेल्या किनाऱ्याप्रमाणे तिचं कपाळ दिसू लागलं." हे 'बिंदू' कथेतलं वाक्य एकदम तिच्या लक्षात आलं. म्हणून वाळूच्या त्या वीतभर पट्ट्यावर तिनं उजव्या हाताचा अंगठा रोवून टिळा लावला.

"असा कुंकवाचा टिळा मी लावीन हं!"

"खरंच?" तिनं लाजून आपली हनुवटी गुडघ्यावर टेकली.

"आणि पलंगावर पाडून गुदगुल्याही करीन..."

"कसं कळलं तुला?"

"काय?"

"साहेब आईला गुदगुल्या करीत ते?"

तो नुसताच हसला; पण किती गोड!

"मी आमची डुलणारी खुर्चीही घरी आणीन–"

"पण खुर्चीत बसून चेष्टा करीत हसत राहिलीस, तर मात्र हाताला धरून ओढून काढीन!"

"इश्श!"

"माझे कपडे..."

"तू फक्त आरशासमोर उभं राहायचंस... मी कोट चढवीन... कबूल?..."

"कबूल!"

"पण चिरूट नाही ओढायचा!"

"का?"

"मला नाही तो वास आवडत!"

"मग तुला काय आवडतं?"

"तुझं प्रेम! माझ्या आईवर जसं साहेबांनी प्रेम केलं तसं तू करायला पाहिजेस... करशील ना?"

"आत्ता करू?"

"आधी तोंड पूस–"

"का?"

"घाम बघ ओठांवर किती आलाय!"

"चाटून घे–"

"शीः!" तिने एकदम तोंड बाजूला केलं आणि ती घाबरली.

एकदम मोठा पडदा पडावा तसा लाल-पांढुरक्या ढगांचा थर आकाशात दिसला आणि भोवताली अंधारानं वेढल्याची जाणीव झाली. ती धास्तावलेल्या आवेगानं तिथून उठली आणि तरतर चालीनं तडक घरी आली.

फुलदाणीतली गुलाबाची एक उमलती कळी घेऊन तिनं स्वतःला खुर्चीत लोटून दिलं. निमुळत्या ओठासारखी दिसणारी ती कळी शीळ घालते आहे असा तिला भास झाला. ती नाकावर धरण्याच्या निमित्तानं तिनं ओठावर फिरविली.

पाकळ्यांत लपलेले पाण्याचे शीतल थेंब तिच्या ओठांवर पडताच तिचं अंग नि अंग अगदी मोहरून गेलं... त्या सुखात ती डुंबत राहिली... डोलत राहिली... हेलावत राहिली... कितीतरी वेळ...

... लोळणाऱ्या लाटेसारख्या लाल पांढुरक्या ढगांवर पहुडली आहे. वरून गुलाबाच्या ताज्या पाकळ्यांचा वर्षाव चालू आहे... शेजारी एक ऐसपैस तलाव आहे आणि त्यात उमललेली शुभ्र कमळं वाऱ्यावर डुलत आहेत... कमळांच्या नितळ मुलायम पाकळ्यांवरून एक–एक शीतलसा थेंब घरंगळतो आहे... आणि ओघळणारा एक–एक थेंब श्रीनिवास आपल्या जिभेच्या अग्रावर घेतो आहे... अगदी क्षणभरच! कुठल्या अवस्थेत कोण जाणे!... तिनं हे क्षणभंगुर स्वप्न पाहिलं... मादक... उत्तेजक...

... ती तशीच खुर्चीत डोलत राहिली.

"जेवणार आहेस ना?"

"हो! पण साहेब?"

"किती वाजता येतील देव जाणे! आपण जेवून घेऊ!"

"हल्ली त्यांना इतका वेळ का होतो?"

माई बोलली नाही.

न बोलताच त्यांनी जेवणं उरकली.

मग नेहमीप्रमाणे पुष्पानं आपल्या खोलीत समई लावली आणि समोर चौरंग ठेवून त्यावर ज्ञानेश्वरी ठेवली.

माई समईपाशी बसली; पण तिनं ज्ञानेश्वरी उघडली नाही.

"का?..."

माई बोलली नाही!

"डोकं दुखतंय?"

तरीही माई बोलली नाही.

सशासारख्या भेदरट नजरेनं ती माईकडे एकटक पाहत राहिली. दगडी देवीसारखी माई स्थिर बसली होती. तिचे डोळे पाषाणमूर्तीच्या डोळ्यांत बसवलेल्या काचेच्या मण्यांसारखे दिसत होते. समईच्या हलणाऱ्या ज्योतीमुळे माईची सावलीच तेवढी जिवंत वाटत होती.

पुष्पाला वाटलं. माई मोकळी आहे, तिच्या मांडीवर डोकं टेकून उताणं पडावं आणि अगदी मनातलं म्हणून विचारावं...

"साहेबांना उशीर का होतो हल्ली?" खाटेवर पडल्या पडल्या तिनं प्रश्न विचारला. थोडं बोलणं सुरू व्हावं म्हणून...

"कोण जाणे!" भुवया उंच करून माईनं वैताग ताणला.

त्यामुळ पुष्पा पुढे बोललीच नाही.

काही क्षण दोघीही शांत राहिल्या.

फक्त समईच्या ज्योतीबरोबर माईची सावली तेवढी फडफडली.

पण पुष्पाला थंड बसवत नव्हतं.

तिनं मध्येच ओशाळल्या आवाजात विचारलं,

"एखाद्या मुलावर प्रेम असलं... तर..."

"शहाण्या मुलीनं पुरुषावर प्रेम करूच नये!"

माई एवढी फटकळ असेल असं पुष्पाला कधीच वाटलं नव्हतं.

"का?..."

"पुरुषानं प्रेम करायला पाहिजे ना?"

"का नाही? साहेब–"

"माहीत आहे! तुझी आई होती तेव्हा ते माझ्याकडे यायचे. ती गेल्यावर त्यांनी माझ्याशी लग्न केलं आणि आता त्यांना पुन्हा उशीर व्हायला लागलाय"

सुंदर रूप दाखवणारा आरसा खळकन निखळून पडला.

पुष्पा लगेच या कुशीवरनं त्या कुशीवर वळली.

तिला वाटलं माईच्या गळयात गळा टाकावा– आणि–

पण नाही!

तिनं फक्त तोंडावर पांघरूण ओढलं–

एका रात्रीत ती बालविधवेसारखी प्रौढ नि खिन्न दिसू लागली.

❀❀❀

गोपी

कितीतरी वेळ कालिंदी दरवाजाबाहेरच उभी होती. गोपी तिच्याकडे पाहत होता; पण बराच वेळ त्याला तिची ओळख पटली नाही आणि जेव्हा त्याच्या लक्षात आलं की ही कालिंदीच, तेव्हा त्यानं उठण्याचा प्रयत्न केला; पण बिछान्यातून त्याला उठता येईना. म्हणून त्यानं हाक मारली– तीसुद्धा भलत्याच क्षीण आवाजात– जीभ खोल कुठंतरी रुतून पडल्यासारखी! ये–येना कालिंदी!... ती पुढं आली. गोपीनं तिचा हात हातांत घेतला मात्र... आणि...

तो गहिरा प्रणय–प्रसंग बेताआधीच खळकन तुटला. गोपी तिडकीनं बिछान्यातून उठला. फूल देठातून खुडून घेण्यापूर्वीच फळफळ पाकळया गळाव्यात तसं त्याला वाटलं. "छॅ! छॅ!" तो स्वतःशीच चुटपुटून पुटपुटला.

"छे! छे! जमायचं नाही असं! रोज एकतरी अंड खाल्लंच पाहिजे!" पुन्हा एकदा त्यानं आपला आवडता निश्चय नव्यानं पक्का केला. पुन्हाःपुन्हा तोच तो निश्चय केला म्हणजे तो पक्का होतो नि अमलात येतो, अशी गोपीची भाबडी समजूत होती.

बिछान्यातून उठल्यापासून तो सारे विधी उरकून खोलीबाहेर पडेपर्यंत त्याला एकच हुरहुर लागली होती... हे असं कसं होतं? असंच होत राहिलं तर जमायचं कसं?...

बंद टाळं त्यानं पुन्हाःपुन्हा ओढून पाहिलं. मग त्या लांबट, लोंबत्या टाळ्याकडे पाहत तो क्षीण हसला. का हसलो हे अर्थातच त्याला नीटसं कळालं नाही...

... आणि जिन्याच्या दोन पायऱ्या उतरताच त्याला एकदम काहीतरी आठवल्यासारखं वाटलं... आपण थोडा वेळ गॅलरीत उभं राहावं... कालिंदीची अंघोळीची वेळ झाली आहे...

त्यानं गॅलरीतून तळमजल्यावरील समोरच्या कौलारू खोपटात पाहिलं. दोन-चार फुटक्या नळांतून तो बहुधा नेहमीच कालिंदीला पहायचा. आपण तिथं पाहतो आहोत हे कुणाच्या लक्षात येणार नाही अशा बेतानं तो उभा राहायचा. त्यानं पाहिलं. त्याला प्रथम अंधुकशी हालचाल दिसली आणि मग डोळे किलकिले करून पाहताच डाव्या स्तनावर पाण्याची धार धरलेली त्याला दिसली...

गोपी भलताच अस्वस्थ झाला. अशा दृश्यानं तो नेहमी धुंद व्हायचा. उन्मादानं तो वीतभर फुगायचा. गात्रं मुसमुसल्यासारखी व्हायची; पण आज तो पोकळ झाला होता. हल्लक बनला होता. आपलं शरीर म्हणजे देवदारी डबडं आहे, असं त्याला वाटत होतं. म्हणून अधिक वेळ तिथं न थांबता तो तडक नळावर गेला.

त्यानं पुन्हा:पुन्हा आपले हातपाय स्वच्छ धुतले आणि डोळयांना चप् चप् पाणी लावलं. हाही त्याचा नेहमीचाच छंद. हातपाय घासून खरडून स्वच्छ धुतले म्हणजे मग आपण खरेखुरे स्वच्छ झालो असं त्याला वाटायचं. त्यानं पुन्हा:पुन्हा हात चोळले. बोटावरलं पाणी त्यानं आपल्या अंगाभोवती हवेत भिरकावलं नि घाईघाईनं तो जिना उतरू लागला.

जिना उतरून तळमजल्यावर येतो तो न्हाणीघराची कडी वाजली. आता कालिंदी ओलेती बाहेर येईल, या आवडत्या अपेक्षेनं तो क्षणभर घुटमळला. काहीतरी वर विसरलो असं ढोंग करून पुन्हा मागं फिरला; पण न्हाणीघराच्या दाराची फट मात्र किलकिलीच राहिली. गोपी निघून जाईपर्यंत तशीच राहिली.

आणखी न खोळंबता गोपी तडक देवळाकडे निघाला. त्याला वाटलं, कालिंदी दृष्टीस पडली नाही हे बरं झालं! ती धटिंगणासारखी आपल्यापुढं आली नाही. या कुळवंत विचारानं त्याला अभिमान वाटला... पोर आहे चांगली... घरंदाज आहे... वळण बाळबोध आहे... या विचारानं त्याला धन्यता वाटली. हवं होतं ते सारं आहे या कल्पनेनं त्याचं मन समाधानात भिजलं.

गोपी तडक देवळाच्या दिशेनं चालला होता.

त्याचे खांदे ओघळले होते. हात बुजगावण्यासारखे घसरले होते. मलमलचा सदरा वाऱ्यानं फर्रफर्र फडफडत होता आणि पायघोळ धोतर मांड्या–पायांना बिलगलं होतं.

कालिंदी आणि तिची विधवा आई तळमजल्यावर राहायला आली तेव्हापासून गोपीला काहीतरी वाटू लागलं. सूक्ष्मशी जाणीव झाली. कसलीतरी जाग आली.

वयात आल्यापासून सुगंध नाकाशी दरवळत होता; पण आता फूल कुठं फुललं आहे हे त्याला उमगलं होतं. त्यामुळेच तो रोज दाढी करू लागला होता. पंचा टाकून धोतरावर आला होता.

आपल्या पायघोळ धोतराकडे पाहून त्याला गंमत वाटली. आपण कालिंदीसाठी हा रुबाब करतो आहोत हे त्याच्या पुन्हा एकदा लक्षात आलं आणि ते लक्षात येताच त्यानं आपले दोन्ही हात आपल्या गालांवरून ओढले. वाः! वाः! काय गुळगुळीत आहे चेहरा! त्याचं मन प्रसन्न झालं. मादक सुवासात डुंबलं; पण एक चुकार विचार मात्र नको असताना आला... कालिंदीलाही माझ्याप्रमाणेच असं काही वाटत असेल का?... ती माझ्याबद्दल विचार करीत असेल का?... की तिचं कुठं दुसरीकडे लफडं असेल?... छॅ... छॅ... भलतंच... तिला माझ्याबद्दल काहीच वाटत नसतं, तर मी दुपारी घरी येतो तेव्हा ती दारात का उभी राहिली असती? ... रात्री देवळातून घरी येतो तेव्हा माझ्या पावलांचा आवाज होताच तिच्या दारावरील दिवा का पेटला असता?... आणि कुलूप उघडून आत जाताच दिवा का मिटला असता?...

कोणत्याही प्रश्नाला निश्चित उत्तर मिळण्याआधीच गोपी देवळात आला. अंगाचं सालडं ओढून काढावं, तसा त्यानं सदरा ओरबाडून काढला. पाण्याचा तांब्या जवळ ओढला आणि श्लोक पुटपुटत तो चंदनाची कांडी उगाळू लागला. मग सारं निर्माल्य काढून त्यानं पिंडीवर पाण्याची धार धरली आणि अगदी हळुवारपणे पिंडीवर हात फिरविला... त्याला एकदम कालिंदीची आठवण झाली. तिचं स्नान चालू आहे नि आपण वरच्या मजल्यावरून, फुटक्या नळ्यांतून, चोरून पाहतो आहो असं वाटलं... लगेच त्यानं पुटपुटते श्लोक मोठ्यानं घोकले... देवपूजेच्या वेळी मन भ्रष्ट नको म्हणून!

पिंडीवर फुलं रचता रचता टांगत्या घंटेचा लोलक लक्लक् हलला आणि घंटा घणघण वाजली. हा सखाबाज. एवढ्या निधडेपणानं कुणीही घंटा वाजवणार नाही. आजूबाजूला न पाहता गोपी म्हणाला, "सखाबा, जरा हळू. फुटेल ती घंटा!"

"आपल्या बाच्या हातानं कुठलं काम हळू होणार नाही." राकट आवाजात सखाबा गुरगुरला. पिंडीखालच्या चबुतऱ्याला टेकून तो खाली बसला. आगपेटीतली काडी काढून त्यानं ती दातानं चेंचली आणि मग दात कोरीत किंचित्काल स्वस्थ

बसला. त्याच्याकडे तिरप्या नजरेनं पाहता पाहता गोपीला त्याच्या दांडगटपणाचं कौतुक वाटलं. घुबडासारखा चेहरा. दूर्वांच्या जुड्यासारख्या राठ भुवया आणि वीत वीत लांबीचे दर्भासारखे केस. गाढवाच्या चौकटीचं शरीर. तीन बायांचा दादला आणि सात पोरांचा बाप... पुन्हा एकदा गोपीला त्याचं कौतुक वाटलं. पुरुष असावा तर असा... नाही तर आम्ही... पोचट प्रकृती!...

पूजा आटोपताच जानव्यानं पाठ खाजवीत, गोपी मांडीवर मांडी टाकून नि पाठीची व्यंकटी खांबलीला टेकून स्वस्थ बसून राहिला आणि मग नेहमीच्या सरावानं म्हणाला, "कसं काय सखाबा?... काय खबरबात?"

"त्या कासाराची पोर शेवटी पळाली." जशी काही ती आपलाच हात धरून पळाली अशा समजुतीनं तो स्वतःला गुदगुल्या करून हसला.

"कोण–कोण–को–कुठली–ऑ?" जणू गोपीचीच बायको पळून गेली होती.

"गेल्या आठवड्यात म्हटलं नव्हतं का, तिचं लक्षण धड दिसत नाही म्हणून?"

"पण पळाली, ऑ?– पळाली कुणाबरोबर?"

"कोणसा मराठ्याचा पोरगा आहे!"

"मराठ्याचा पोरगा अं? अंगानं दांडगा असेल?... पैसा पण असेल?"

"काय करायचाय पैसा भटजी? अंगात फक्त जोर हवा. अहो, दावण घट्ट असली तर सतरा गाई बांधता येतील!" सखाबा तोंड विचकून बेपर्वाईनं हसला.

"छॅ! छॅ! सखाबा, या देवळात तू भलतंसलतं घाणेरडं बोलू नकोस!" सखाबाच्या अश्लील भाषेला त्यानं लगाम घातला खरा; पण त्याचं मन मात्र चौखूर उधळलं... म्हणजे प्रकृती धड असल्याशिवाय पोरगी टिकवणं कठीण तर? छॅ! छॅ! तो गरीब होऊन स्वतःलाच सांगू लागला... आधी अंगात जोर हवा... आधी ताकद हवी... जोर हवा... नाहीतर कालिंदी बघायची तिसऱ्या तोंडाकडे... सखाबाकडे...

"पण काय रे सखाबा, लग्न झालेल्या बायकांनी दुसऱ्या पुरुषांकडे बघणं बरं दिसतं का? ...नाही म्हणजे तू नीतीनं बोल!"

"कसली आलीय नीती भटजी?" सगळं चालतं. अहो, चालतं तोवर चालवावं!"

"पुरे! पुरे! तुला अजून अक्कल कमी आहे. सुधारला नाहीस तू अजून!"

"अहो, आपला नवरा धड असेल तर कोणती बायको बघेल परक्याकडे? ऑ? तुम्हीच सांगाना. आपलंच नाणं खोटं, मग बोल दुसऱ्यास कशाला?" सखाबानं प्रत्येक शब्दावर आत्मविश्वासानं जोर दिला; पण गोपीला वाटलं, या शब्दाचा रोख आपल्यावरच आहे.

म्हणून तो म्हणाला, ''पण आपल्या अंगात जोर आहे, बायको आपल्याशी नांदेल हे मुळी ओळखायचं कसं? नाहीतर उमेदीनं लग्न करायचं आणि सगळा जुगार ठरायचा!''

''तर हो! घरात नवरा नि गावात भवरा!'' सखाबा कसल्या तरी गुप्त अभिलाषेनं खळखळा हसला.

गोपी एकदम चरकला. सखाबाचं ते हसणं त्याला आवडलं नाही. आपल्या प्रश्नाचं उत्तर न देता सखाबानं आपली हेटाळणी केली असं त्याला वाटलं. म्हणून तो मनातल्या मनात वैतागला. क्षणभर त्याला स्वतःचाच क्षीण संताप आला. आपण पोचट आहो, आपल्या अंगातली ताकद विरली आहे, आपली कुडी अर्थशून्य नि चेतनाहीन झाली आहे, असं त्याला वाटलं. सखाबाशी आतां बोलावं तरी काय हे त्याला कळेनासं झालं, म्हणून त्यानं धोतराची कनवट सोडून घट्ट केली. पुन्हा एकदा जानव्याचं सव्यापसव्य केलं आणि अंगाची जुडी करून बैठक मारली. त्याचं अंग आता आक्रसून आलं. चेहरा निपटल्यासारखा झाला.

तेवढ्यात घंटेचा टोला पडला.

''कसं काय भटजीबुवा, बरं आहे ना?''

माईसाहेब परिवार घेऊन आल्या होत्या.

''ठीक-ठीक! चाललं आहे!'' क्षीण आवाज पिरपिरला.

''देवाच्या भेटीला आणलीय हिला!''

''ठीक-ठीक! ही सूनबाई वाटतं?''

''नाही- मुलगी माझी!''

''ठीक ठीक! कुठं दिली हिला?''

''आजऱ्याला-''

''फार लांब गेली की!''

''चालायचंच-''

''ठीक ठीक!''

गाऱ्हाणं घालून त्यानं नारळ, तांदूळ, तेल पाठीमागं लोटलं आणि प्रदक्षिणा घालणाऱ्या मुलीच्या सर्वांगावरून तो लोभस नजर फिरवू लागला. तिच्या पोटाला पडलेली गुबगुबीत घडी त्याला मादक वाटली. तिचा पसरट मांसल नितंब पाहून त्याची नजर हावरी झाली. तिच्या अंगा-तोंडावर पांगलेली सुखासीनता त्याला

मोहित करू लागली. त्या मुलीच्या जागी त्याला कालिंदी दिसू लागली. कालिंदीही एके दिवशी अशीच प्रसन्न नि सुखासीन दिसेल. अशीच राजस नि तृप्त दिसेल. तिच्या नजरेतले भावही असेच मोहरलेले दिसतील...

तिच्या हातावर तीर्थ घालून तो चबुतऱ्यावरनं खाली उतरला आणि तिच्या बाळसेदार तान्ह्या मुलाला उचलून आपल्या अंगाखांद्यावर नाचवू लागला.

"मुलगा की मुलगी?"

"मुलगी."

"ठीक - ठीक." असं त्यानं म्हटलं खरं; पण तिला उगीच उचलून घेतली असं त्याला वाटलं. मुलगी हे आधी कळतं तर त्यानं तिला उचलून घेतली नसती. कारण त्याला मुलाची मनापासून आवड! आपल्याला मात्र पहिला मुलगा हवा, असा एक सुखद विचार त्यानं मनातल्या मनात गोंजारला आणि तो त्या बाळाला खेळवू लागला. पाडसासारख्या उड्या मारू लागला. जीभ तोंडात आडवीतिडवी घोळवून वेडेवाकडे आवाज काढू लागला. आपल्या नि कालिंदीच्या रूपाच्या काही मिश्र रेषा त्याला बाळाच्या तोंडावर दिसू लागल्या...

ते सारं पाहत सखाबा गालातल्या गालात हसत होता.

पुन्हा घंटेचा टोला पडला.

गोपीनं मागं वळून पाहिलं.

कालिंदी गालातल्या गालात चोरटं हसत होती.

गोपीलाही उमेद आली. त्या मुलीला घेऊन तो आणखी बागडला. आपल्याला मुलं किती आवडतात हे त्यानं कालिंदीच्या निदर्शनाला आणलं.

छोकरीला आईच्या हवाली करून तो पुन्हाः चबुतऱ्यावर येऊन बसला. त्याला आता हर्ष झाला होता. वृत्ती फुलून आल्या होत्या. फुला-उदबत्त्यांचा दरवळता दर्प आता कुठं त्याच्या नाकाला जाणवू लागला होता. त्या बहरलेल्या, मोहरलेल्या तंद्रीतच त्यानं स्वतःच्या मांडीवर थाप मारीत ताल धरला आणि म्हटलं, "कसं काय सखाबा? ठीक आहे ना?"

सखाबा निष्कारण पिसाटासारखा हसला आणि खांदे हलवीत दाढा कोरू लागला.

कालिंदीनं प्रदक्षिणा पूर्ण केल्या नि ती तीर्थासाठी वाकली.

कालिंदीच्या उजव्या हातावरील शुक्राचा उंचवटा त्याला कितीतरी मांसल दिसला. तेवढ्यात चोळीतून मधोमध दिसणारी काळसर रेघ त्याला उदबत्तीच्या धुरासारखी वाटली. ती रेघ मस्त नजरेनं पाहता पाहता-

पळीतलं तीर्थ कालिंदीच्या मनगटावर पडलं.

सखाबा पाळत ठेवल्यागत खुदकन् हसला.

कालिंदीही त्रुटीत हसली. तिच्या हसण्यात लाडिकपणा दडला होता.

गोपी लज्जेनं चरकला. त्याला वाटलं, आपण कुठं पाहत होतो हे कालिंदीच्या लक्षात तर आलं नसेल... पण येईना लक्षात... ती तर आपलीच होणार आहे... तिच्या शरीराच्या रंध्रन्रंध्रावर आपलीच मालकी येणार आहे... मग कळेना का तिला... कळू दे... कळेल तेवढं बरंच...

तीर्थ पिऊन तिनं ओला हात डोळ्यांना लावला आणि ती क्षणभर तिथंच घुटमळली. गोपीला वाटलं काहीतरी बोलावं. तिला काहीतरी सलगीनं, आपलेपणानं विचारावं; पण शब्द फुटण्याआधीच ती तिथनं निघून गेली होती. गोपीचा गळा मात्र घुंकारत कबुतरासारखा तट्ट फुगला होता. अखेर आपण काही बोललो नाही याचंच त्याला थोडं बरं वाटलं. नाहीतरी आपण धड काही बोलू शकलो असतो की नाही याची त्याला शंकाच होती. ते बोलणं राहिलंच- पण त्याला एवढं मात्र वाटलं की, यौवनानं तरारलेली ही पोर वीतभर अंतरावर का होईना, तीर्थासाठी वाकून काही काळ स्थिर राहावी- फुललेल्या फुलाप्रमाणे उन्माद पसरीत!

घंटेचा एक टोला लगावून ती पाठमोरी वळली तेव्हा गोपी तिच्याकडे टक लावून पाहत राहिला. ती पाठमोरी असली म्हणजे तो तिच्याकडे स्थिर नजरेनं पाही. कारण तसं पाहण्यात धाडस नसतं याची त्याला जाणीव होती. शिवाय बाईची ठेवण अधिक सुबक दिसते ती पाठमोरीच! प्रत्येक पावलागणिक ठणठण नितंब हलवीत चालण्याची तिची लकब त्याला मोठी वेधक वाटे. दंडात नि पाठीत जिथं चोळीच्या कडा रुतून बसत तिथं उमटणाऱ्या केतकी रेघा त्याच्या नजरेत जाग आणीत आणि आज तर जास्वंदी रंगाचं लुगडं आणि बिल्वरंगी चोळी. त्या चोळीत दोन टपोरी बेलफळं लपल्याचा त्याला भास झाला. दुरूनही त्याला जास्वंदीचा कोमल, सुकुमार स्पर्श झाल्यासारखा वाटला. त्याची नजर अनारासारखी पेटली. तो धुंद झाला. एक मोठी लकेर मारावी असं त्याच्या मनात आलं..

पण खरं म्हणजे त्याला आता क्षणाची उसंत मिळती तर त्यानं मन विनाकारण उद्दीप्त करणारे काही प्रणयप्रसंग कल्पनेत ओंजारले गोंजारले असते...

पण कालिंदीचं पाऊल देवळाबाहेर पडतं न पडतं तोच-

"सुंदर खाशी, सुबक ठेंगणी, स्थूल न, कृशहि न, वय चवदाची!" अशी बेसूर भसाडी तान मारीत सखाबा हावरटपणे आपल्या मांड्या थोपटू लागला आणि मग मांडीवर मांडी टाकून खवचटपणे म्हणाला, "समजलं भटजी? टिचकी मारून माल घ्यावा तर तो हा असला!"

"गूप...चाप..." गोपी एकदम कडाक्यानं चित्कारला. खरं त्याला चूप म्हणायचं होतं; पण सखाबाच्या हलकट उद्गारानं तो इतका चिडला की, त्याला धड शब्दसुद्धा सुचला नाही.

आणि मग, आपण एवढं तडकाफडकी ताडकन बोलायला नको होतं असं वाटून तो खालच्या आवाजात म्हणाला, "तुला एक सांगतो, सखाबा! आपण दुसऱ्याच्या पोरीबद्दल कधी वाकडं बोलू नये. वाकडं बोलणं सोडाच; पण वाकडं पाहूही नये, समजलं ना?"

सखाबानं खांदे उडवले नि तो ओशाळून हसला.

क्षण-दोन क्षण शांत गेले.

पुन्हाः एकदा गोपी आक्रसून बसला. त्यानं पाठीची बाक पाठीमागल्या खांबाला टेकली नि मांडीवर मांडी टाकून तो जास्वंदीची पाकळी मृदू स्पर्शानं कुसकरू लागला. मग त्यानं ती पाकळी ओठावर ठेवली. ओठावर एक गुलजार टिचकी मारली आणि कुठल्या तरी अनोळख्या आंतरिक सुखानं त्याचं अंग मोहरून आलं.

पण नेहमी अशा बहरत्या अवस्थेत त्याला फटका बसायचा तो एकाच विचारानं- कालिंदीला सुखी करण्याइतकी आपल्या अंगात पुरेशी ताकद आहे का? - या विचारानं तो ओघळून विरघळून जायचा. मन रडवेलं व्हायचं. वृत्ती आर्द्र व्हायच्या, शरीराची नस नि नस अशक्तपणानं कणकणू लागायची.

आता त्याला तसंच वाटलं. मनात आलं, आपल्या पुरुषार्थाबद्दल एकदा खात्री करून घेतली पाहिजे. म्हणजे मागाहून फुफाट्यात पडलो असं व्हायला नको... स्वप्नातल्या अपुरेपणाबद्दल सखाबाला विचारावं का...? असं का होतं...?

छॅ! छॅ! तो काही न सांगता खळखळ हसेल आणि नेहमी हिणवीत राहील. माझ्यात पुरुषार्थ नाही असा गावात बभ्रा करील. तरीही त्याला स्वस्थ बसवेना. आडून आडून काही विचारावं म्हणून गोपी म्हणाला, "बरं का सखाबा, पुरुषी ताकद, पुरुषी ताकद म्हणतात ती ओळखावी कशी?..."

"सोनं आगीत टाकल्याशिवाय कसला कस कळणार, भटजीबुवा?"

छे छे! एकदम जाणूनबुजून आगीत पडल्यासारखं होईल की! गोपीचं पुढं जाणारं मन एकदम मागे सरकलं. म्हणाला,

"पण अंडं खाल्ल्यावर अंगात ताकद येते म्हणतात ते खरं काय?"

"येऽऽऽ ते- असेल!" अंड्याने काय होणार असंच खरं त्याला म्हणायचं होतं.

पण गोपीच्या ते ध्यानात आलं नाही, म्हणून म्हणाला, "पण अंडं कधी खाल्लं नाही. हरवस वास येतो म्हणतात. मग खावं कसं?"

"हे पाहा असं अंडं धरायचं-" खरोखरच हातात अंडे आहे असं समजून सखाबा म्हणाला, -"टिचकी मारायची की, वरचं कवच फटकन उडेल. मग उचलायचं ते टाळयात ओतायचं- आहे काय नि नाही काय!"

कल्पनेतसुद्धा अंड्याची किळस येऊन गोपीचं अंग एकदम शिरशिरलं; पण त्यातसुद्धा त्याला सखाबाचं मात्र पुसटसं कौतुक वाटलं. सखाबा आपला अलगद अंडी खाऊ शकतो आणि आपण नुसत्या कल्पनेनंच शिरशिरतो, छॅ! व्हायचं कसं आपलं? की कालिंदीला कल्पनेतच जवळ करण्यात आपला जन्म जायचा आहे?...

विमनस्क मनःस्थितीत गोपीचे तासन्तास गेले. कितीतरी वेळ तो विचार करीत बसला होता. दिवसाकाठचे तांदूळ, नारळ घेऊन सखाबाही निघून गेला होता. आता गोपी एकटाचा होता.

आपलं हे एकटंनकटं जीवन संपायचं कधी या विचारानं तो जड झाला. समईतल्या वातीसारखं आपलं जीवन जळून करपून चाललं आहे असं त्याला वाटू लागलं; पण मध्येच एक तडकाफडकी विचार मनात ताठ उभा राहिला. कालिंदीची भेट घ्यावी, तिला विचारावं, लग्न करून मोकळं व्हावं आणि पुढं मग जे काही होईल त्याला तोंड द्यावं... मग आपण आणि आपलं नशीब!

तो उत्तेजित झाला. त्यानं मांडी मोडली. छाती तट्ट फुगेपर्यंत श्वास घेतला. बेलाच्या पानाचे दोन तुकडे त्यानं पिंडीवर चिकटवले. उजवीकडला प्रसाद झाला तर होय करून टाकावं. डावीकडला झाला तर-नको-तो फंदच नको!

हात जोडून गोपी बराच वेळ थंड बसला. प्रसाद डावीकडचा व्हावा... का उजवीकडचा व्हावा... आपण नाही हे ठरवायचं... प्रसाद होईल तो...

उजवा प्रसाद होताच गोपीच्या काळजात धडधड उठली. वाटू लागलं, डावा झाला असता तर बरं झालं असतं. तिला विचारायची कटकट आपोआप टळली असती. तिला विचारायचं म्हणजे कसं विचारायचं?....

पायरव कानी आला म्हणून त्यानं मागे वळून पाहिलं. आँ? रामेश्वरानंच हिला इथं पाठविली का? गोपीच्या मनात शंका आली. कारण कालिंदी दोनदा आणि इतक्या उशिरा कधीच देवळात येत नसे.

अडखळत्या पावलानं कालिंदीनं उगीच दोनचार प्रदक्षिणा घातल्या आणि ती चबुतऱ्यापाशी लटकून उभी राहिली. गोपी ओशाळला. त्याच्या तळहाताला घाम फुटला. हे तिच्या लक्षात येऊ नये म्हणून त्यानं समई सारण्याचं सोंग केलं आणि चोरून तिच्या तोंडाकडे पाहिलं. तिची नजर सशागत जमिनीवर दबकली होती; पण गालाच्या गाजरी रंगांत मात्र लाजरी छटा होती.

कालिंदी तुडुंब होऊन आली होती.

कधीही कुणापाशी न उच्चारलेला शब्द तिच्या जिभेवर घुटमळत होता; पण जिभेवर बर्फाचा खडा ठेवावा तशी तिची जीभ जड झाली होती; पण तरीही तिनं हिय्या केला. म्हणाली, "आई...म्हणते आहे... तुम्हाला विचारावं... तुम्ही मला पदरात घेतलीत तर संसाराचं सारं सुख..." तिच्या पायाचा अंगठा अर्धगोलाकार फिरू लागला.

गोपीचं मन गोंधळून गेलं. काही न सुचून जास्वंदीतला कोमल केसर तोडून तो चिमटीत कुसकरू लागला. त्याचं काळीज फकफक उडू लागलं. त्याला एकदम अशक्तपणा आला. जीभ लटकी पडली. त्याला वाटलं, धूर कोंडला आहे. नाका-तोंडात दाटला आहे. शरीराचं रंध्रन्‌रंध्र गुदमरून गेलं आहे आणि इंद्रियं चेंचल्यासारखी बधिर झाली आहेत... आपण गप्प का, या विचारानं तो कासावीस झाला. काय होत आहे हे नीटसं कळण्याआधीच तो हुंकारून चुळबुळला आणि म्हणाला, "छेः छे! तसं काही नाही... नाही म्हणजे मीच विचारणार होतो... पण

रामेश्वराचा प्रसाद उलटा झाला आहे. आपलं जुळून यावं अशी ईश्वरी इच्छा दिसत नाही...”

त्यानं फुलपात्रात पळी बुडवली.

पण कालिंदी तीर्थासाठी वाकली नाही.

तिला काही बोलायचं होतं की काय, कोण जाणे. ती क्षणभर घोटाळली. बावलेल्या फुलासारखं तिचं तोंड आवळून आलं. डोळयांत येणारं पाणी तिनं आतल्या आत जिरवण्याचा यत्न केला. तसं करताना तिच्या जिवणीची बांक विकट झाली. घशात हुंदका ठेचाळला. ती गर्रकन मागे फिरली.

रिती होऊन कालिंदी घरी वळली.

पाऊस पडून गेल्यावर भिजलेल्या पानांवरून थेंब पडावेत तसं तिच्या डोळयांतून टचकन पाणी ठिबकलं.

गोपीनं वळून तिला पाठमोरी पाहिली नाही. तो सुन्न होऊन समोर पाहत राहिला. समईची ज्योत त्याला क्षीण व फिकी वाटली. रोडावलेल्या उदबत्तीनं एक लांबशी कात टाकली. ते सारं पाहत गोपी थिजत होता.

ती गेल्यावर त्याच्या लक्षात आलं, आपलं सगळं अंग अजून थरथरतं आहे. घाम निथळतो आहे. कानशिलांची फकफक कानांत घुमते आहे आणि थोड्या अवधीत सारं थंड होणार आहे अशा बेतानं छातीचे ठोके मंदावताहेत.

रात्र कलंडती होताच गोपी घराकडे निघाला. एकाच अपेक्षेनं की, आता सारी सामसूम असेल. कालिंदी गाढ झोपलेली असेल.

घराच्या आवारात येताच सारं थंड पाहून त्याला बरं वाटलं. त्याच्या जिवावरलं ओझं हलकं झालं. चपलांचा सरपटता आवाजही होऊ न देता त्यानं जिन्याच्या पहिल्या पायरीवर पाऊल टेकलं-टेकलं मात्र आणि टचकन् दिवा लागला. त्या क्षणीच खिडकीच्या आतून अस्पष्टसा हुंदका फुटल्याचा त्याला भास झाला. लडबडत्या पायानं तो जिना चढून खोलीत गेला-

-आणि जिन्यावरला प्रकाश लुप्त झाला.

आणि गोपीचं मन मात्र व्याकूळ होऊन तडफडत राहिलं. आपल्या देहाचं निर्माल्य होतं आहे. सारे सांधे ढिले पडून हाडं खळखळत आहेत, यापेक्षा मरण बरं, असं वाटून त्यानं स्वतःला पथारीत लोटून घेतलं आणि उत्तररात्रीपर्यंत तो रडत राहिला.

❀❀❀

ससा

ग्रीष्मातल्या भरदुपारी एक फेरीवाला थकूनभागून वृक्षाच्या छायेत निवांत पहुडतो. उशाला गाठोडं लावून नि छातीवर हात ठेवून तो विचार करतो-

-मरणाची भूक लागली आहे.

-यावेळी चांदीच्या ताटातून सुग्रास भोजन मिळालं तर-

चांदीच्या ताटातून खमंग जेवण पुढ्यात येतं.

-सोन्याच्या कलशातून केशरी पाणी मिळालं तर?

सोन्याच्या कलशातून पाणी येतं.

केशरी वासाचा घमघमाट सुटतो.

पाणी पिऊन तो पुन्हा आडवा होतो. डोळे मिटतो. भरल्या पोटी पुन्हा विचार येतो-

-कुशीत घ्यायला एखादी सुंदर युवती-

फक्कडशी सुंदर युवती हजर होते.

हिनं सुरुवातीला थोडे पाय चेपले तर-

न सांगता ती पाय चेपू लागते.

हे काय आश्चर्य!

हे भूत तर नसेल?

भूत होतं नि मानगुटीवर बसतं.

लहानपणी, कधीतरी कुठंतरी वाचलेली कहाणी.

अकस्मात स्मरणात येते.

कुणालाही ती आठवली असती.

प्रसंगच तसा.

कलकत्ता मेलच्या एअरकंडिशन्ड डब्यात मी स्वस्थ बसून होतो.

डबा तरी कसा?

मोठ्या पेटीत क्रमानं आगपेट्या रचाव्यात तसे कप्पे.

त्यातल्या एकेका कप्प्यात दोन-दोन उतारूंची सोय.

पण दुर्दैवानं मी एकटाच असतो.

आगपेटीतल्या शेवटच्या काडीसारखा पडून राहतो.

काहीतरी वाचण्याचा प्रयत्न करतो.

काहीतरी गुणगुणतो.

समोरच्या मेजावर ताल धरतो.

निळसर झाकेच्या तावदानातून बाहेर पाहतो.

पण गाडीची घोडदौड चालूच असते.

बाहेर पाहावं; पण एकाही वस्तूवर नजर ठरत नाही.

बिछायतीजवळच्या घंटीचं बटन दाबतो.

सेवक धावत येतो, दारावर टिकटिक करतो.

"पुढलं स्टेशन किती वाजता?"

"पाऊण तासानंतर-"

"ठीक आहे."

दार बंद करून मी कसला तरी विचार करू लागतो. कसला कोण जाणे! चोरवाटेनं अनोळखी विचार येतो.

एखादी सुंदर तरुणी या कंपार्टमेंटमध्ये असती तर

पाऊण तासात...

सुंदर तरुणी...

जबलपूर स्टेशनवर घाईघाईनं चढलेली.

पण चेहऱ्याच्या रेषा नि छटा मनात ठेवून गेलेली.

ती मराठी तरुणी डोळ्यांसमोर सजीव होते.

खरंच, तीच माझ्या कंपार्टमेंटमध्ये येती तर...

पण पुरुषांच्या कंपार्टमध्ये स्त्रियांची सोय केली जात नाही.

सिली! रेल्वे खात्याचा अनागोंदी कारभार!

दारावर अकस्मात टिकटिक..

दार उघडतो, तोच...

तीच सुंदर तरुणी! दारावरील माझ्या नावाचं कार्ड वाचीत उभी राहते.

तिनं टिकटिक केली? की डबा हलल्यामुळे दार वाजलं?

"येस प्लीज..." इंग्रजी शब्द कसे निसटले कोण जाणे!

"आर. एस. आठल्ये?" दारावरील माझ्या नावाचं कार्ड ती मोठ्यानं वाचते.

"येस...'

पण ती आत का येत नाही?

"राजाराम आठल्ये?"

"हो-हो मीच..."

कसं कोण जाणे, पण 'या ना आत' म्हणायला मी विसरतो.

पण मी तसं म्हणण्याची वाट न पाहता ती आत येते.

मी दार बंद करायला विसरतो.

मग आठवण होते दार बंद करण्याची;

पण वाटतं, तसं केलं तर हिला चालेल की नाही?

पण तीच लकबीनं मागे वळते नि दार बंद करते.

ही कोण?

हिचा विचार काय आहे!

क्षण...दोन क्षण...

ती फक्त बघत राहते.

तिच्या नजरेत पाहण्याचा मी यत्न करतो.

पण नजरेतले भाव ओळखता येत नाहीत.

"ओळखलंस?"

ओळखलंस म्हटलं की ओळखलंत म्हटलं?

"जबलपूर स्टेशनवर चढलात ना?"

चढलात म्हटलं की चढलीस म्हटलं?

"हो! मी जबलपूरलाच असते."

"तू कुठून येतो आहेस?"

तू...तूच

"कलकत्त्याहून! ऑफिसचं थोडं काम होतं..."

पण ही कोण?

"कुठल्या ऑफिसमध्ये असतोस?"

"सिगारेट कंपनीत!"

"कुठली?"

"गोल्ड-फ्लेक-"

"गोल्ड-फ्लेक?" तिची नजर खालीवर होते.

"का? तिथं कोणी ओळखीचा आहे?"

"छे-छे...!"

"मग?"

"सहजच! गोल्ड-फ्लेक या नावाचंच मला फार आकर्षण आहे!"

"स्मोक?" मी पाकीट उघडतो.

"नो. थँक्स!" ती हसते; पण किती गोड. तिच्या ओठांच्या फटीतून कलाबुतूची रेघ चमकते.

"मे आय?"

"ओ येस. गो अहेड!"

मी एक ओठावर ठेवतो नि काडी ओढतो.

"मला धुराचा वास फार आवडतो."

माझं काळीज अकारण धडधडतं.

काडी भक्कन पेटून विझते.

पुन्हा काडी ओढतो.

पेटल्या काडीवरती ती हाताचं घरटं करते.

सिगारेटचा धूर नाकातोंडातून सुटतो.

ती प्रसन्न होते.

तिच्या लवचीक नाकपुड्या किंचित पुलकित होतात.

मिटल्या ओठांची बाकदार रेघ ताणल्यासारखी दिसते.

"आय लाइक इट!"

मला पुन्हाःपुन्हा झुरके घ्यावेसे वाटतात.

"उभ्या का? बसा ना."

उभ्या-बसा? उभी-बैस!
कासेवर हात फिरवीत ती माझ्या शेजारीच बसते.
जवळजवळ खेटूनच.
डाव्या मांडीवर उजवा पाय टाकते.
नि अधांतरीच हलवीत राहते.
तो गोरागोमटा पाय बगलेत पकडून त्यावर गाल टेकावेत असं वाटतं.
मी पायाकडे पाहतो.
ते तिच्या लक्षात येते.
तिच्या लक्षात यावं म्हणून मी एकटक पाहत राहतो.
तेही तिच्या लक्षात आलंच पाहिजे.
"चप्पल ना? फोम रबरच आहे. फार मऊ मऊ. लहान मुलांच्या ओठासारखं."
तिनं आपल्याच ओठांसारखं म्हटलं असतं तर?
"आवडलं?"
"एक्स्लण्ट."
"ओ लूक-" ती काचेच्या तावदानावर झडप घेते.
अगदी फुलपाखरूच.
"पाहिलंस?"
"काय?" छातीत धस्स होतं. कुणी पाहिलं की काय?"
ती पुन्हा रेलून बसते.
"झालं काय?"
"खार...इवलीशी...फळ खात होती."
"खार?-" मला आश्चर्यच वाटतं.
"खार मी किती दिवसांनी पाहिली."
"राहता कुठं तुम्ही?"
"जबलपूरला; पण राहते तिथं आसपास झाडं नाहीत."
"असं कसं?"
"झाडं नाहीतच. म्हणून पक्षी नाहीत. खारी नाहीत. चिमण्या नाहीत."
"राहता कुठं?"
"राहत्या जागेपाशी चिमणी नसावी..."

"कुठं म्हटलं?"

"...खार नसावी म्हणजे केवढा रुक्षपणा!"

"चिमणी आवडते की खार?"

"निश्चित खार!"

"की पोपट?"

"छे! खारीची गती किती चपल! डोळे किती सोज्ज्वळ! नि शेपूट किती प्रेमळ?"

"शेपूट?"

"हो! खारीला तळव्यावर घ्यावी नि गाल खाली करावा. म्हणजे ती गालावर अशी चवरी ढाळते म्हणता?"

तिच्या मांसल गोऱ्या दंडावर काटेदार बुट्टी दिसते.

माझ्याही अंगावर काटा उमटतो.

"खारीला चानी म्हणतात... आठवतं ना?"

"हो-हो! चानी..."

म्हणेनात का चानी. चानी काय नि खार काय!

"छान नाव...चानी...गोड नाव...नाही?"

"खूप गोड..."

तिच्या दंडावरले आतल्या आत जिरणारे रोमांच...

"किती गोड..."

"मला फार आवडते चानी... गोड प्राणी..."

"लहानपणचे खेळ असतात झालं..."

पण ती मोठेपणात येतच नाही.

"कोण...कोण बरं तो? भंडगे का?"

"कोण...कोण?"

"भंडगेच वाटतं!"

"भंडगेच तो... काय झाल त्याचं?"

त्याच्याशी काही?... कोण हा भंडगे?

"तो चानीचं शेपूट कापून पुस्तकात ठेवायचा... शी:!"

एवढंच ना? मरे ना का तो!

तिच्या दंडावर पुन्हा काकडीवरील काटे दिसतात.

"मुक्या नाजूक प्राण्याचं शेपूट कापायचं म्हणजे काय?"

"रानटी! पण ते लहानपणचेच खेळ!"

पण ती प्रौढ होतच नाही.

"रामानं तिच्या पाठीवर शाबासकी दिली तेव्हा ती तीन बोटं उमटली, त्या तीन सफेद रेषा!"

"कल्पना आहेत झालं!"

"पण किती गोड कल्पना-त्या प्राण्यासारखीच!"

गोड कल्पना अजून तशीच राहते.

फक्त वेळ मात्र निघून जातो.

एवीतेवी लेट होणारी गाडी.

निष्कारण वेग वाढवते.

हे संभाषण का? कशासाठी?

काही कळावं म्हणून मी म्हणतो-

"एकट्यानं प्रवास करावयाचा म्हणजे अगदी जिवावर येतं नाही?"

पण मी आहे ना, असं तिनं म्हणायला हवं होतं.

पण ती म्हणते-

"याचं कारण गाडी भरधाव असते."

"असली म्हणून?"

"म्हणून कुठलीही वस्तू नजरेत येते न येते तोच ती दृष्टिआड होते."

"मग?"

"नजर रिकामी राहते."

"आणि?"

"नजर भरलेली असली म्हणजे मन रिझवलं जातं."

मी पुढे बोलतच नाही.

म्हणून...मग...आणि...

बोलायचं काय?

शब्दांनी नुसतं संभाषण वाढतं.

काहीतरी मुद्द्याचे बोलायला पाहिजे.

उगाच वेळ कशाला दवडायचा?

बोलण्यासाठी...धाडसासाठी जीभ तळमळते... ओठ तडफडतात.

मी हातरुमालानं तोंड पुसतो.

"कुठला हा सेंट?"

"आवडला?"

"छान आहे!"

मी हातरुमालाची घडी पुढं करतो.

ती प्रसन्न होऊन वास घेते.

"गोड आहे वास. कुठला हा?"

"नार्सिसस."

"नार्सिसस... पाण्यात प्रतिबिंब पाहणारं फूल..."

"तुम्हाला आवडतो सेंट?"

"आय लव्ह इट. फार आवडतो."

"सेंट वापरणं रंगेलपणाचं लक्षण समजलं जातं."

"असेल! मनुष्यानं सर्व इंद्रियांचे चोचले पुरवावे."

इंद्रियांचे चोचले?...

"कुठल्या?" मी हेकट होतो.

मनातच शरमतो.

"डोळे...नाक..."

"आणि?..." छाती धडधडते.

"कान! संगीत ऐकावं...मला संगीत फार आवडतं."

"अं?" मी मान पाठीमागे टाकतो नि रेलतो.

"कित्येक दिवसांत मराठी भजन ऐकलेलं नाही."

"जबलपुरात?...

"तिथं कव्वाली. मला सामुदायिक गीतं आवडत नाहीत."

"का?"

"त्यात गोडशा लकेरी मरून जातात."

मी हात उंचावून अंग पिळवटतो.

"का? कंटाळा आला?"

तिच्या नजरेत रोखून पाहतो.

काहीतरी सूचित करण्याचा यत्न करतो.

"गाडीचा वेग कमी झाला?"

"छे-छे! खूप वेळ आहे."

हो! तिचा हिरमोड व्हायला नको.

ती छाती भरून श्वास घेते.

त्यामुळ तिचे टपोरे गुबगुबीत ऊर आस्ते आस्ते वर होतात.

श्वास सोडताना खाली येतात.

बघता बघता मी हरवून जातो.

तिच्या श्वासांतून मस्तीचा गंध दरवळतो.

मंद वासाची उदबत्ती जळते.

धुराची संथ लय नाकावरून जाते.

मी आशाळभूत होऊन पाहत राहतो.

तिला कळावं म्हणून.

मांजराच्या पिलासारखे तिचे डोळे खालीवर होतात.

ती डोळे किंचित बारीक करते. पोपटासारखे.

मी दिलेल्या हातरुमालाशी चाळा करते.

थोड्या थिल्लरपणे.

अशावेळी बायका असाच काहीतरी चाळा करतात म्हणे.

मला हुरूप येतो. श्वास वाढतो.

कानातून गरम हबकारे निघतात.

तिची नजर अद्याप हातरुमालावर आहे.

रुमालाच्या कोपऱ्यात रेशमी आद्याक्षरं आहेत.

ती माझी नाहीत.

कुणाची? असा तिला संशय येईल म्हणून मी दचकतो.

ती रुमालाची सुरळी करून वेटोळं करते.

हृदयाची आकृती करून ती काहीतरी सुचविणार वाटतं.

हिला घट्ट कवेत कवळली तर?

मी बेसावध असतानाच ती एकदम वर पाहते.

माझ्याकडे पाहून एकदम हसते.

ही कशाला हसली?

"काय झालं?"

"ससा झाला-पाहा!"

हातरुमालाचा ससा दाखवते.

"याची सावली पाहण्यासारखी असते. थेट ससा..."

उन्हाच्या कवडशाकडे जाण्यासाठी ती उठते.

तोच माझ्या अंगावर कोसळते.

अतोनात सुख होतं.

गाडी थांबली हे ध्यानी येतं.

ती बालकासारखी हसून उठते.

काहीतरी म्हणण्यासाठी-

दारावर टिक टिक आवाज येतो.

"अपना स्टेशन- बाईसाब..."

"अय्या! मला उतरायचंय इथं!"

विजेच्या गतीनं दार उघडते.

"काहीतरी म्हणत होता तुम्ही?..."

दार वाजण्याआधी तिला काहीतरी म्हणायचं होतं.

"हो! म्हटलं वेळ कसा निघून गेला-"

ती दार लोटून पॅसेजमध्ये येते.

"आ?..."

"जे नको तेच बोललो आपण..."

आपल्या कंपार्टमेंटमध्ये जाऊन पर्स घेते.

"आपण?..."

"जे बोलायचे ते राहूनच गेलं."

ती फलाटावर उतरते.

"काय बोलायचं होतं?"

मी अधीर होतो. उतरावंस वाटतं.

"लहानपणीच्या आठवणी... दुसरं काय?"

मी शुष्क नजरेनं पाहतो.

ती नमस्ते करून गेली हे लक्षातही येत नाही.

गाडी सुटताच धक्का बसतो.

मी कंपार्टमेंटमध्ये येऊन काडीसारखा पडतो.

बाळपण कुणाचं?...

कुणाची ही मैत्रीण?

खारीचं शेपूट कापणारा भंडगे कोण?

स्मृतीच्या ढिगाऱ्यात हिचा तोंडावळा सापडत नाही.

भंडगेचा चेहरा आठवत नाही-पुसटसासुद्धा!

त्याचं हे नावसुद्धा आठवत नाही.

हिचं मी नाव कसं विचारलं नाही?

खरंच कोण ती?

एखादी सुंदर तरुणी येती तर...

विचाराबरोबर ती आत येते.

येते नि निघून जाते.

गाडीच्या गतीप्रमाणे माझं शरीर हेलकावतं.

मी डोळे मिटून पडून राहतो.

स्वस्थ पडून राहतो.

तोंडावरील घाम पुसण्यासाठी रुमाल हवा.

तिनं तो नेला. जाणून की चुकून?

जाणून?

सवयीनं हात खिशात जातो

हाताला ससा लागतो.

ससा...

तिनं हातरुमाल ठेवला कधी खिशात? कळलं कसं नाही?

कोण ती?

कोण होती ती?

बालपणीच्या आठवणी सांगणार होती.

पण बालपणीच्या आठवणी सांगायला-

मोठं नको का व्हायला?

वयानं नको का वाढायला?

पण ती होती कोण?

❀❀❀

अनरसा

तीन नंबरमधील बेबी...

कसली जगणार? तिच्या डोळयांच्या खाचा... जगून तरी काय होणार?...

डॉक्टरांच्या तोंडून काल ऐकलेले ते शब्द अप्पांच्या कानात नको होऊन फुसफुसत राहिले.

...शेण खाल्लं... शेण...

आपण शेणाच्या गायरीत बसलो आहोत आणि शेणाच्या कुजकट वासानं आपली इंद्रियं सडू लागली आहेत, असं वाटून अप्पा सारखे खंगत राहिले.

गॅलरीतल्या कोळशाच्या पेटीवर ते कितीतरी वेळ बसून राहिले होते. अस्वस्थ होऊन त्यांनी मांड्या बदलल्या. उठून उभे राहिले. पुन्हा बसले. सारखं हे असंच.

एका रात्रीत त्यांचे डोळे खोल गेले. दुष्काळी विहिरीसारखे म्हणता म्हणता आटले. शुष्क झाले. डोळयांच्या आसपास धूर अडकून स्थिर व्हावा तशी काळीकुट्ट वर्तुळं पक्की झाली. आणि फक्त एका रात्रीत!

अप्पा बसून होते.

आता काहीच करता येण्यासारखं नाही, अशा हरपल्या भाबड्या भावनेनं ते हवालदिल होऊन बसले होते. सारं दुःख पिकून वर आलं होतं. अंगभर फुस्कारत होतं. नसानसांतून तीक्ष्ण काटे टोचले जात होते आणि छिद्राछिद्रांतून कातडं फाटणार की काय या भीतीतच ते गायब होत होते.

पाच-सहा मरतुकड्या पोराचं लटांबर घेऊन पायाशी घोटाळणाऱ्या मांजरीला त्यांनी पायानंच अलगद लोटून दिलं. यावेळी त्यांना ती आणखी एक कटकट

नको होती. हडप लागलेल्या त्या मांजरीची त्यांना मनस्वी किळस आली. तिच्या स्पर्शानं त्यांची अशक्तता वाढू लागली.

मुठीत धरलेल्या विडीचा झुरका त्यांनी एकदम दमछाक करून घेतला. इतका की, त्यांचे डोळे रक्त गोठून लाल झाले आणि खोकल्याची एक जबरदस्त उबळ येऊन त्यांच्या अंगाची हाडे सैल झाल्यासारखी झाली.

मस्तकाला कीड लावणाऱ्या या विचारात आणखी थोडा वेळ गेला तर आपण भेगाळलेल्या भिंतीसारखे कोसळून खाली पडू, या भीतीनं अप्पा हळूहळू उभे राहिले. त्यांनी पुन्हा एकदा उजळ विचार केला... तसं काही असेलच असं नाही. तसं काही नाही असा डॉ. पावरीनं दिलासा दिला होता. पावरीच्या दवाखान्यातून मागच्या दरवाजातून पळ काढण्याचे दिवस त्यांना पुन्हा एकदा आठवले आणि छातीत अकारण धडधड चालू राहिली.

गॅलरीतून आतल्या खोलीत ते चोरासारखे आले. अगदी मांजरीच्याच पावलानं! लूत लागून विद्रूप झालेली ती मांजरही आत आली आणि ते मरतुकडं लटांबरही चिवचिवत आत आलं.

खोलीतल्या खोलीत येरझारा घालीत त्यांनी बराच पश्चात्ताप केला. मन भाजून पोळून घेतलं... जे घडलं ते घडता कामा नये होतं... शी...शी...!

ते येरझारा घालीत राहिले.

ते घाणेरड मांजरही उपासमारीनं म्याँव म्याँव करीत तिथंच रेंगाळत राहिलं.

''हुडूत''-असं एकदा जोरकसपणानं खेकसून ते आतल्या खोलीत गेले. आतल्या खोलीत सुहास मंद कष्टी पावलांनी फेऱ्या घालीत होती आणि नंदा कावराबावरा होऊन पलंगाच्या कडेवर बसला होता. कोणत्या क्षणाला उठून धावपळ करावी लागली याची कल्पना नसल्यासारखा. त्याची नजर पुरती भाबडी झाली होती.

''आँ?...'' कुणाच्या तरी हाकेला ओ दिल्यागत अप्पांच्या तोंडून शब्द निसटला.

सुहास ताटकळून थांबली.

नंदा ताडकन उठून उभा राहिला.

''अजून काही नाही ना?'' त्यांनी कपाळावरील आठ्या रेखीव केल्या. गळयातले कढ गरम झाल्याची त्यांना जाणीव झाली.

सुहासनं नकारार्थी मान हलवली.

"वेळ लागेल असं दिसतंय!' नंदानं आपली कोरडी जीभ शुष्क ओठावरनं फिरवली. भयभीत झाल्यामुळे त्याची बुबुळं अकस्मात जागच्या जागी गरगरली.

"हं!" एवढाच हुंकार देऊन अप्पा पुन्हा दिवाणखान्यात आले आणि काही क्षण खुळ्यासारखे या कोपऱ्यातून त्या कोपऱ्यापर्यंत फिरले. मध्येच पलंगपोस वर करून त्यांनी आपली ट्रंक ओढली. जानव्यात अडकवलेली किल्ली पुढं करून ट्रंक उघडली आणि आजवर जमवलेल्या खेळण्यावर पुन्हा एकदा नजर फिरवली. मनातली कीड उपटून टाकायचा त्यांचा विचार होता. यावेळी त्यांना थोडी हुशारी हवी होती. थोडी उमेद हवी होती. झालं गेलं विसरून जाऊन मुद्रेवर तवानी आणायची होती. ट्रंकेतलं केसाळ अस्वल उचलून त्याच्या केसांवर अळंग हात फिरवावा असं त्यांना वाटलं; पण ते पाहून त्यांना त्या भिकारड्या मांजराची किळसवाणी आठवण झाली. म्हणून अस्वलाला स्पर्श न करता त्यांनी शुभ्र सफेद ससा उचलला. सशाच्या शेपटाकडून निघालेल्या रबरी नळीचा फुगा दाबला आणि त्याला पलंगाखालीच टुणुक टुणुक उड्या मारू दिल्या; पण त्यांना चिंता होती, ती जपानी म्हाताऱ्याची. "जपानी माल आणि पुन्हा म्हातारा. म्हाताऱ्याचं हे असंच!" असं स्वतःशीच पुटपुटत ते त्या म्हाताऱ्याला डॉक्टरच्या नजरेनं न्याहळू लागले.

...बसल्या बसल्या पाठीमागनं त्यांच्या गळ्याभोवती कोवळ्या हातांची नाजूक अलगद मिठी पडली.

"कोण सांगा आजोबा?"

"लबाडा-" असं म्हणून ते मोठ्यानं खो खो हसले. मग आपण खरोखरच मोठ्यानं हसलो की काय असा संशय येऊन ते कमालीचे कावरेबावरे झाले. चोरटेपणानं डोळ्यांच्या कडातून त्यांनी आजूबाजूला पाहिलं आणि उठण्यासाठी म्हणून जमिनीवर हात टेकला, तोच फुग्यावर हात पडून सशानं टुणकन उडी मारली.

"आजोबा?"

"ओ!"

"मी तुमच्या पाठीवर बसणार!"

अप्पा गुदगुल्या होऊन हसले.

"मी हम्मा हम्मा करणार!"

अप्पा गुडघ्यावर ओणवे झाले.

"काय शोधताय अप्पा?" नंदानं एकदम पाठीमागनं विचारलं.

विजेचा झटका बसल्यासारखे अप्पा ताठ उभे राहिले.

"छे- कुठं काय? काही नाही!" असं ओशाळून म्हणत त्यांनी ट्रंक झपाटल्यागत पलंगाखाली लोटली.

"अप्पा, मी टॅक्सी घेऊन येतो." नंदा गर्भगळित होऊन म्हणाला.

"नको. तू थांब इथं. मीच पळत जातो नि टॅक्सी घेऊन येतो." वाक्य पुरं होण्याआधीच अप्पांनी चप्पल घातली नि ते दोन-दोन पायऱ्या सोडून पळत सुटले.

पलंगावर लवंडून सुहास उभी राहिली. तिच्या तांबारलेल्या गालावर टिपं घसरू लागली. गरीब गाय होऊन धडधडत्या उरावर तिनं हात ठेवले.

"घाबरू नकोस तू!" नंदा स्वतःचाच भित्रेपणा लपवीत होता. गिळलेला आवंढा घशातच अडकत होता.

घरातल्या भांड्याकुंड्यांवर, कपड्यालत्त्यांवर, कपाट-पलंगावर लोभस नजर फिरविताना तिला वेगळाच हुंदका आला. या भरल्या संसारात आपण पुन्हा येऊ की नाही असा एक कातर विचार तिच्या मनात आला आणि ती एकदम गर्भगळित झाली. तिनं नंदाच्या छातीवर डोकं टेकलं आणि ती स्फुंदून रडली. भाबडेपणानं-व्याकूळ होऊन.

"सगळं व्यवस्थित पार पडेल." सुकलेल्या आवाजाबरोबर नंदाचे डोळे ओले झाले.

"पण भीती वाटते!" तिचं अंग एकाएकी शहारून आलं.

"कशाला घाबरायचं? डॉक्टर म्हणालेत सारं ठीक आहे म्हणून."

"मीच मेली वेंधळी! सूर्यग्रहणादिवशी अनरसा मोडून खाल्ला."

"त्या गावठी कल्पना आहेत. काहीही होत नाही."

"नाही कसं? अलकेनं चंद्रग्रहणादिवशी भाकरी मोडली तर मुलीचा कान फाटलेला निघाला."

नंदाला खुलासा देता आला नाही. उलट तोच घाबरला. म्हणाला, "मग अनरसा खावा कशाला?"

"मला वाटलं ग्रहण सुटलं म्हणून! पण अप्पा म्हणाले सुटलं नव्हतं."

"अप्पांनाही कळलं?"

"कळलं!"

"काय म्हणाले?"

"खूप ओरडले."

"झालं ते झालं! आता घाबरण्यात अर्थ नाही." तो स्वतःलाच समजावण्यासाठी पुटपुटला.

"माझे तर हातपाय आत्ताच विरघळताहेत!"

"काही घाबरू नकोस. फार तर काय?- मुलाचा कान फाटका निघेल एवढंच ना?"

"काय परिणाम होईल देव जाणे!" तिनं आवरता आवरता मोठ्यानंच हुंदका दिला.

"असू दे; पण तू रडू नकोस. त्रास होईल तुला!" नंदाला वाटत होतं. आपणच भोकाड पसरून रडावं आणि मनावरलं ओझं हलकं करावं.

तेवढ्यात दरवाजा वाजला.

नाकपुड्या मोठ्या करीत अप्पांनी श्वास ओढून घेतला; पण धाप ओसरत नव्हती.

"चला-चला. आता वेळ नका काढू!" धापातच त्यांचे शब्द गुरफटले.

देवापुढं नारळ ठेवून अप्पांनी उदबत्त्या लावल्या. सुहासनं नमस्कार केला. तिच्या मिटलेल्या पापण्यांतून दवबिंदूसारखी टिपं ओघळली.

अप्पांनी साष्टांग नमस्कार घातला. ते पराभूत झाले.

"प्रभो, आता माझी सारी भिस्त तुझ्यावर. चुकलंमाकलं जाऊ दे. पोराला तुझ्या पायावर ठेवीन..." असं काहीतरी ते चुटपुटत बोलले आणि त्यांनी लाचारीनं देवापुढं नाक घासलं. उठता उठता "माझा वंश..." एवढेच शब्द अनाहूतपणे त्यांच्या तोंडून निसटले आणि पुढचे शब्द हुंदक्यातच विरघळले.

नंदा विमनस्क होऊन उभा होता.

"तू उभा का? लोटांगण घाल!"

नंदा लोटांगण घालीत असताना ते अक्षरशः रडवेले झाले. "तूच सांभाळ यांना..." असं म्हणण्यासाठी त्यांच्या मिटलेल्या तोंडात जीभ तडफडली. त्यांनी

सर्वांना अंगारा लावला आणि देवाच्या अंगावरची दोन फुलं उचलून स्वतःच्या खिशात टाकली.

हॉस्पिटलमध्ये प्राथमिक तपासणी होऊन आठ नंबरच्या खोलीत सुहासची व्यवस्था झाली. खोलीबाहेरील बाकावर अप्पा अस्वस्थ होऊन बसले. त्यांच्या पोटात गोळा फिरू लागला. म्हणून त्यांनी जपमाळ खिशातनं काढली आणि ते जप करू लागले.

"तू उभा का?" ते नंदाला म्हणाले.

"तू जा आणि महालक्ष्मीवर अभिषेक करायला सांग. मी सांगितलंय म्हणून सांग जोशींना..."

नंदाला तिथं थांबायचं होतं; पण नाइलाजानं कुरबुरत त्याला निघावं लागलं.

"टॅक्सीनं जा. पैसे आहेत की हवेत?"

"आहेत." तो जड पावलांनी बाहेर पडला.

अप्पांनी बसताना बाक डाव्या हातानं घट्ट पकडला आणि तोंडानं ते जप पुटपुटू लागले; पण त्यांचं लक्ष मात्र खोलीत होतं. एखादी दुसरी नर्स घाईघाईनं आत येत होती, बाहेर जात होती; पण अप्पा त्यांच्या गणतीतच नव्हते. त्यांना वाटलं, नर्सला थांबवून सांगावं की, डॉक्टर आपले स्नेही आहेत म्हणून. म्हणजे तरी त्या आपुलकीनं वागतील. काही विचारलं तर प्रेमळपणे काही सांगतील. एवढंच त्यांना हवं होतं. याक्षणी त्यांना सर्वांची आपुलकी हवी होती.

नर्स समोर येताच त्यांना वाटलं, हिला आपण अनेकदा पाहिलेली आहे. ही ओळखेल. हिला विचारावं...पण त्यांचा गळा पारव्यासारखा तट्ट फुगला. जिभेचा गोळा झाला आणि तेवढ्यातच झटक्यानं ती पुढं निघून गेली. काय विचारायचं होतं ते कळण्याआधीच ती डोळ्यांआड झाली.

"काय करताहेत ते करू देत!" असं स्वतःलाच सांगत ते पुन्हा खाली बसले. त्यांनी ठरवलं, आता डोळे मिटून देवासारखं बसायचं. म्हणजे ही होलपट तरी थांबेल आणि मन जरासं शांत होईल. त्यांनी डोळे मिटले, मात्र आणि त्यांच्या खांद्यावर हाताचा स्पर्श झाला.

"ओ! डॉक्टर!" अप्पा जवळजवळ दचकूनच ओरडले.

"चला माझ्या खोलीत. काही घाबरण्याचं कारण नाही. थोडा चहा पिऊ, म्हणजे तुम्हालाही बरं वाटेल." डॉक्टरांच्या या शब्दानं अप्पांना खरोखरच बरं वाटलं.

"तसा मी फारसा घाबरलो नाही; पण पहिलंच बाळंतपण आहे तिचं आणि हा नंदा माझा एकुलता एक मुलगा. त्याचं सुख तेच माझं!" अप्पांचे ओठ वाकडे झाले आणि त्यांच्या डोळ्यांत पाणी झिरपू लागलं.

"पहिल्या वेळी भीती वाटणं साहजिक आहे." काहीतरी बोलायला पाहिजे म्हणून डॉक्टर बोलले; पण त्यांचं खरं लक्ष होतं निरनिराळ्या केस-पेपर्समध्ये.

"शिवाय आमच्या घराण्यात एकुलत्या मुलाचं प्रस्थ आहे." डॉक्टरांचं लक्ष वेधण्याचा एक प्रयत्न.

"म्हणजे कसं?" डॉक्टर केस-पेपर वाचू लागले.

"माझ्या आजोबांना एकच मुलगा. माझ्या वडिलांना मी एकटाच. मलाही नंदा एकटाच. म्हणून अधिक भीती!"

"चिंता नका करू! मिस आपटे!"

"येस् डॉक्टर-"

"सात नंबर?"

"ठीक आहे."

"अकरा?"

"ओके"

"तीन?"

"तीन नंबरमधल्या बेबीचाच प्रश्न आहे."

"होपलेस! ते पोर मुळीच जगायचं नाही."

"जगायचं नाही?" अप्पा धक्क्यानं वर उठले.

"तीन नंबरमधलं!" डॉक्टर म्हणाले.

"का?- का बरं?"

"बाप बाहेर शेण खातात आणि मग असे पस्तावतात."

"काय झालं काय?" माहीत असूनही अप्पांनी तेच पुन्हा विचारलं.

"त्या पोराच्या डोळयांच्या खाचा झाल्या आहेत. ते कसलं जगणार आणि जगून तरी काय होणार?" डॉक्टरांच्या मुद्रेवरील तिरस्कार जळजळीत झाला.

"बापाची कर्मं पोराला भोगावी लागतात..." अप्पा चुटपुटत राहिले.

"बापाचीच का?- आजोबांचीसुद्धा!"

"आजोबाची?" एकदम पाय घसरून पडल्यासारखं त्यांना वाटलं.

"हो! कधीकधी हा रोग तिसऱ्या पिढीतसुद्धा उद्भवतो."

"बापरे!" आपण एकदम आकांतून बापरे म्हणायला नको होतं याची त्यांना चुटपुटून जाणीव झाली. म्हणून ते पुन्हा म्हणाले, "शेण खायचंच कशाला? हलकट लेकाचे... मूर्ख..."

"हं!" डॉक्टर नुसतेच हुंकारले.

ते असे का हुंकारले? बोलले का नाहीत? केस-पेपरमध्ये पाहण्याच्या निमित्तानं ते आपल्याकडेच चश्म्यातनं पाहत आहेत असा अप्पांना संशय आला.

"डोळे गेले... खाचा झाल्या..."

"डोळे? हे काहीच नाही. भयंकर परिणाम होतात."

"भयंकर! भयंकर!" अप्पांच्या शरीराची रंध्रं गुदमरून गेली.

"तुम्ही काही घाबरू नका." डॉक्टर पुन्हा तेच म्हणाले.

"छे! छे! मी कशाला घाबरतोय?" असं म्हणून अप्पा उसनं हसले. तुम्ही घाबरू नका, असं डॉक्टर का म्हणाले असतील? कसाबसा चहा पिऊन अप्पा तिथनं निसटले आणि आठ नंबरसमोर येऊन बाकावर बसले. नाजूक जागी गळू ठणकावं तसं होऊ लागलं.

थोड्याच अवधीत नंदा आला, तेव्हा त्यांना धीर आला. नाहीतरी गुपचूप बसून ओढवून घेतलेला एकांत त्यांना असह्यच झाला होता.

"काय म्हणाले डॉक्टर?"

"काही नाही. ठीक आहे म्हणाले. ते तरी दुसरं काय सांगणार? नशिबात असेल ते होईल!"

"का? डॉक्टर आणखी काही म्हणाले?"

"आणखी? आणखी काय म्हणणार? तुला काही म्हणाले होते?"

"छे!"

"मग तू आणखी काही म्हणाले का असं का विचारलं?"

"सहजच! अभिषेक सुरू केलाय!"

"हं!"

डॉक्टर आणखी काही काय म्हणणार? नंदानं असं का विचारलं? याच प्रश्नाच्या गुंतावळ्यात त्यांचं मन गुरफटू लागलं.

तेवढ्यात थोडी धावपळ झाली. एक नर्स धावत डॉक्टरांकडे गेली. अर्धवट धावतच डॉक्टर आठ नंबरमध्ये आले. दरवाजा बंद झाला. नर्स व डॉक्टर यांचे पुसटसे शब्द ऐकू येत होते तेवढेच!

दरवाजावर कान लावून अप्पा अधीरतेनं ऐकत होते. त्यांचे डोळे सशासारखे बिटबिटत होते. नंदा कणाकणानं विरघळत उभा होता. अनेक विचित्र विचारांनी त्याचा मेंदू चिवडला जात होता.

"रडल्याचा आवाज आला?..." अप्पा गुदमरून म्हणाले. स्मिताची एक पुसटशी रेषा त्यांच्या ओठावरनं तरळून गेली.

"कुणाचा?" नंदा अधिकच खंगला.

"तू ऐकलास? मुलाच्या रडण्याचा?"

"छे!"

"मी ऐकला. स्पष्ट..." तेवढ्यात आणखी कसला तरी आवाज आला म्हणून अप्पांनी कानात जीव ओतला.

दाराची कडी वाजली. डॉक्टर बाहेर आले.

"काय झालं?" अप्पा उत्सुक झाले.

"व्हेरी सॉरी!"

"पण झालं काय?"

"मुलगा आधीच गेलेला होता."

"गेलेला?" अप्पा आकांतून ओरडले.

"पण बाळंतीण?" नंदा अधीर होऊन पुढं वाकला.

"खुशाल!" डॉक्टर निघून गेले.

"काय झालं हे?" असं म्हणत अप्पा खाली बसले.

नंदाही भुवया चेपीत स्वस्थ बसला.

"असं कसं झालं?"

"नशीब आपलं! बाळंतीण क्षेम आहे हे काही कमी नाही. तू आता अधिक विचार करू नकोस-"

नर्सेस बाहेर आल्या तेव्हा दोघेही आत गेले.

सुहास लालबुंद चेहऱ्यानं रडत होती.

"रडू नकोस. आपल्या नशिबी नव्हता एवढंच!" अप्पा गदगदून गेले.

“पण असं कसं झालं?” खूळ लागल्यागत नंदा पुन्हा:पुन्हा तोच प्रश्न विचारीत होता. तोच प्रश्न- असं कसं झालं?

“त्याच्या सबंध अंगावर पुरळ होते.” सुहास रडत म्हणाली.

“पुरळ?” अप्पा झटक्यानं उठले आणि मग भानावर येऊन खाली बसले.

“पुरळ?” विचार करीत नंदानं अप्पांच्या तोंडाकडे पाहिलं.

“कशामुळे?” नंदाने आपल्या तोंडाकडे का पाहिलं?

“कशामुळं? विचारू डॉक्टरांना?” नंदाचं हळवं कुतूहल जागृत झालं.

“काही नको. डॉक्टर काय सांगणार कपाळ?” अप्पा हातघाईवर येऊन ओरडले.

“पण पुरळ कशामुळे आले?” नंदाचं मन ताणू लागलं.

“तुला कसला संशय आहे?” अप्पांनी धीर करून विचारलं.

“अनरशामुळे...”

भयाण अंधारात अकस्मात काहीतरी लखकन् दिसावं तशा तऱ्हेनं अप्पा म्हणाले, ‘ग्रहणादिवशी अनरसे खा! शंभर वेळा सांगितलं- कृपा करून ग्रहण सुटेपर्यंत काही करू नका म्हणून; पण म्हाताऱ्याचं ऐकतो कोण?...”

अप्पा कडवटपणे बोलले; पण कुणाच्या मनाला ते लागलं नाही. कारण अपघाताचं निदान झालं. प्रसंगाचं कारण कळलं. ताणलेली मनं सैल पडली. सोवळं एकदाचं खुंटीवर टांगलं गेलं.

“अनरसा हा असा अंगावर उठला!” शिक्कामोर्तब करण्यासाठी अप्पांनी तेच निदान पुन्हा:पुन्हा उगाळलं.

पण तरीही त्यांच्या डोळ्यांत पाणी झिरपलं. मनाला होत असलेली यातनांची कळ टचटचीत झाली.

मग खुर्चीवर पाठीमागं मान टाकून ते बराच वेळ निपचित पडून राहिले.

-आणि मग एकदम त्यांना दचकून जाग आली. ते खाडकन् उठून उभे राहिले नि म्हणाले, “काय झालं?”

“डॉक्टर इथं येत होते; पण मागं गेले.” नंदा म्हणाला.

“डॉक्टर आले?” त्यांनी बिचकून विचारलं.

“येत होते; पण तुम्हाला बघून परत गेले!”

“मला बघून? ...अं?... पण गेले ना?...जाऊ देत!”

नंदाला वाटलं, डॉक्टर आले असते तर बरं झालं असतं, खुद्द त्यांनाच विचारून काय ती शहानिशा करून घेता आली असती.

"बोलवू?"

"कशाला?" अप्पा एकदम तडकले.

नंदा बोटं चोळीत उभा राहिला.

"हिला आज घरी नेणार मी..." तर्जनी परजीत अप्पा म्हणाले.

"नर्स घरी येईल, आणखी दहा दिवस या नरकात थांबण्याची गरज नाही...

"काय?... तू घरी जाऊन तयारी कर..."

नंदा बाहेर पडताच त्यांचा लोंबकळत राहिलेला जीव खाली आला.

खांदे गळवून त्यांनी आपले दोन्ही हात कोटाच्या खिशात घातले.

खिशात ठेवलेल्या देवावरील फुलांचा ओलसर स्पर्श होताच त्यांच्या अंगावर एकदम काटा उभा राहिला.